கலாபம்

கலாபம்

நா.கௌசிகன்

PEN BIRD™
PUBILCATIONS

+91 8220063246 | penbirdpublications@gmail.com | www.penbird.in

கலாபம்
நா.கௌசிகன்©

Kalaabam
N.Gowsihan©

முதல் பதிப்பு - செப்டம்பர் 2024
PB #14   - நாவல்
வடிவமைப்பு - நா.கௌசிகன்

ISBN: 978-81-969269-5-3

Rs. 150

Printed by: Real Impact Solutions, Chennai – 600 004.

இந்நூலின் எந்தவொரு பகுதியையும் ஆசிரியர் மற்றும் பதிப்பாளரின் எழுத்து பூர்வ அனுமதியின்றி அச்சு மற்றும் மின்னணு வழியே நகல் எடுப்பது, ஒலிப்பதிவு செய்து வெளியிடுவது, துண்டுப் பிரசுரமாக அச்சிட்டு வெளியிடுவது போன்ற செயல்கள் பதிப்புரிமைச் சட்டத்தின்படி தடை செய்யப்பட்டுள்ளது.

மனித விலங்குகளுக்கு...

என்னுரை

ஏன் இந்த வாழ்க்கை? ஏன் இந்தப் பிறப்பு? எதற்காக இவையெல்லாம் நாம் அனுபவிக்கிறோம்? ஏன் நமக்கு மட்டும் இப்படியெல்லாம் நடக்கிறது? இதுபோன்ற பல ஏன்'களுக்கும் விடை என்னவென்று தேடினால் வாழ்வதற்கு என்றுதான் வருகிறது. உயிர்வாழ எவ்வளவு துன்பங்களை அனுபவிக்க வேண்டி வருகிறது.

நாம் உயிருடன் வாழும் இந்த வாழ்க்கையில், ஏன் துன்பப்படவும் அவமானப்படவும் நேரிட்டு அதற்குப் பழிவாங்கவும், பழகியவர்களில் உதவியவர்களுக்கு பாசம் என்ற நாடகத்தை அரங்கேற்றியும் வாழவேண்டியுள்ளது?

மனிதனின் ஆறாவது அறிவு செய்யும் வேலையால், ஒவ்வொரு மனிதனும் எவ்வளவு தெரிந்துகொண்டு வேலை செய்யவேண்டியுள்ளது. பகுத்தறிவு என்பது வெறும் படிப்பறிவாகவே மாறிக்கொண்டிருக்கிறது. கேவலம் மனிதப் பிறவியினால் எவ்வளவு செய்யவேண்டியுள்ளது. இதையெல்லாம் ஏன் செய்யவேண்டும்? ஏன் நாம் இங்குள்ள கட்டுப்பாடுகள் கலாச்சாரங்களைப் பின்பற்றி வாழவேண்டும்? ஏன் அதைக் காப்பாற்றவேண்டும்? ஏன் அவை அழிந்து கொண்டிருக்கிறது?

நாம் பிறந்தது முதல், நமது பாதி வாழ்க்கையில் 'ஏன்? ஏன்? ஏன்?' என்று சிந்திக்க வைத்து நம் வாழ்க்கையை நகர்த்தும் இரண்டு கண்டுபிடிப்புகள், பணம் மற்றும் மின்சாரம். இவை இரண்டும் நமது வசதிக்காக உள்ளவரை இவ்வளவு ஏன்'களையும் நாம் சமாளிக்கத்தான் வேண்டும்.

பூமியில், உயிரினங்கள் உயிர்வாழ மனிதன் என்று சொல்லப்படும் உயிரினம் கண்டுபிடித்த எல்லாக் கண்டுபிடிப்புகளும் அவசியமற்றதே.

இயற்கையோடு ஒன்றி வாழ்ந்தபோது இருப்பதைக் காத்து சிறப்புடன் வாழக் கலாச்சாரங்களும் கட்டுப்பாடுகளும் வழிவகை செய்தன. அப்படிப்பட்ட கலாச்சாரங்களையும் அதனுள் உள்ள அறிவுப்பூர்வமானக் கட்டுப்பாடுகளையும் பின்பற்றி வாழ்ந்தபோதிலும், வாழ வழி செய்தபோதிலும் மனித இனம் மட்டுமின்றி உயிரினங்கள் அனைத்துமே நிறைவாக வாழ்ந்தன.

தனது வசதிக்காகவும் சோம்பேறித்தனத்தினாலும், குடும்ப அமைப்புமுறை இல்லாததன் விளைவாலும், முதுமையின் விளைவை எண்ணி, அதன் ஐயத்தினால் அறிவற்ற ஒரு இனம் சேமித்து செலவு செய்யத் தொடங்கியது. அதன் சுவையறிந்து பின்பற்றியதன் விளைவு, இன்று நாம் அதற்காகவே ஓடிக் கொண்டிருக்கிறோம்.

சேமிப்பு என்பது நாளைய பசி. நாளை பசிக்கும் என்பதை உணர்ந்தவன் இன்றே விதைக்கிறான். விதைப்பவன் வேறொருவனின் பசியையும் சேமிக்கிறான்.

நாளை பசிக்கும் என்பதையறிந்த கூட்டம் வேறொருவனின் பசியை சேமிக்கிறது. தன் பசிக்காக சேமிக்கவேண்டும் என்பதை அறியாத கூட்டம் உழைத்துக்கொண்டே இருக்கிறது. நாளைய பசியை இன்றே சேமித்தவன் வேறொருவனின் பசியையும் சேமிக்கையில், அவனின் பசியால் உழைப்பின்றி பசியாறுகிறான்.

‘இன்று நீ கஷ்டப்பட்டால் நாளை நன்றாய் இருப்பாய்’ என்று கூறுவது, இன்றே உனக்கான உணவை, நீ உற்பத்தி செய்து அதை சேமித்து வைத்துக்கொண்டால் நாளை நீ மகிழ்ச்சியாக இருப்பாய் என்பதுதான். என்றோ யாரோ விதைத்த மரம்தான் இன்று, யார் விதைத்தவன், யார் வளர்த்தவன் என்று அறியாதவனுக்குக்கூட பசியாற்றுகிறது.

இன்று அத்தியாவசியத்தைவிட அழகியலும் ஆடம்பரமும் அதிகரித்துக்கொண்டு இருக்கிறது. பலரின் பசியை சேமித்தவன் அவர்களின் பசியைக்கொண்டு பசியாறிவிடுவான். பசியில் இருப்பவன் அவனிடம் அவனுக்காக வேலைக்குச் செல்வான். ஒருவனின் பசியைப் பயன்படுத்திக்கொண்டு பலரின் பசியை சேமிப்பதுதான் வேலை, தொழில், வியாபாரம் எல்லாம்.

உற்பத்திச் செய்பவனே நேரடியாக விற்பனையும் செய்ய முடியும் என்பதை எளிமைப்படுத்தி அதை நோக்கியே விஞ்ஞானம் வளர்ந்துகொண்டிருக்கிறது. இப்படிப்பட்ட சூழல் உருவாகிக் கொண்டிருக்கையில், பசியோடு இருப்பவன் பலரின் பசியை சேமித்தவனிடம் அடிமையாகியே தீருவான். அவனுக்குச் சுதந்திரம் என்பது சுவாசிக்க மட்டுமே இருக்கும்.

இவற்றையெல்லாம் மாற்றவேண்டும் என்றால் பணத்தை வைத்து வாழும் வாழ்க்கை முறையை கைவிடவேண்டும். பணத்தை ஒழிக்கவேண்டும். ஆனால், மின்சாரம் இருக்கும்வரை அது நிகழாது. இவைகளுக்குக் கட்டுப்பாடுகள் விதித்து அளவோடு பயன்படுத்தித் தேவைக்கேற்ப வாழ்ந்து, அழிவைத் தள்ளிப்போடவே இங்கு சட்டத் திட்டங்கள்.

பணம் என்பது கற்காலத்தை உருவாக்கி வைத்திருக்கும் காரணி. கற்காலத்தில் காடுகளிலும் மலைகளிலும் அலைந்து திரிகையில் அனைத்துமே பொதுவானவை. யார் வேண்டுமானாலும் எதை வேண்டுமானாலும் உட்கொள்ளலாம். அதற்கு உயிர் மட்டுமே விலை. உயிரை விலையாகக் கொடுக்கையில் உழைக்கவும் உற்பத்திச் செய்யவும் அவசியம் இல்லை.

தன் உயிரைக் காப்பாற்றிக்கொள்ள பயந்து பயந்துதான் கண்டுபிடிப்புகள் உருவாகின. எவ்வளவு பயந்திருந்தால் இவ்வளவு கண்டுபிடிப்புகள்?

கற்காலத்தில் அனைத்துமே பொதுவானது. தேவையை நிறைவேற்ற வேட்டையாடினால் போதும். தற்காலத்தில் பணம் பொதுவானது. தற்பொழுது பணத்தை வேட்டையாடினால் போதும். பணம் எல்லாவற்றையும் வேட்டையாடிக் கொண்டுவரும்.

கற்காலத்தில் ஒழுக்கம், பண்பாடு, உறவுமுறை இவை எதுவும் கிடையாது. வாழ்ந்து வாழ்ந்து வாழ உருவாக்கி வைத்த வாழ்வியல்தான் கலாச்சாரங்களும் பண்பாடுகளும். இப்போது பணத்தினால் நாம் கற்காலத்தில் வாழ்கிறோம். அதனால், கற்காலத்தில் என்னென்ன நிகழ்வுகள் நடந்ததோ நிகழ்ந்ததோ அவையனைத்தும் இப்பொழுதும் இனிவரும் காலங்களிலும் நிகழும் நிச்சயமாக நடக்கும். அதனால் ஏற்படும் மனக்கசப்புகளிலும், பழிவாங்கும் மனப்பான்மையிலும் செயல்படுகையில் வாழ்க்கை முடிந்துபோகும்.

உயிரினங்களில் பலவகை உண்டு. வால் இருப்பதால் பூனையும் புலியும் ஒன்றல்ல, சிங்கமும் சிறுத்தையும் ஒன்றல்ல. எல்லாமே உயிரினங்கள்தான். ஆனால், ஏன் வேறுபாடு? எதை வைத்து வேறுபாடு? வேறுபாடுகள்தான் இங்கு சுழற்சிமுறையில் சமநிலைப்படுத்துகின்றன. வேறுபாடு என்பது உருவத்திலும் குணத்திலும். உணவுச்சங்கிலி இதனால்தான் சமநிலையில் உள்ளது.

விலங்கினங்களில் இவ்வளவு வேறுபாடுகள் இருக்கையில், மனிதனும் விலங்கினத்தைச் சேர்ந்தவன்தானே?

உயிரினங்களை, அதாவது ஒரு உடலை இயக்குவது ஆத்மா. உயிர் என்பது ஆத்மா. அந்த உயிரின் குணமே இத்தனை வேறுபாடுகளுக்கும் காரணம். ஒவ்வொரு விலங்கின் குணமும் ஒவ்வொரு ஆத்மாவைக் குறிக்கிறது. ஆத்மாக்கள் அழிவற்றவை. அதனால்தான் இவ்வளவு உயிரினங்கள். ஆத்மா தோன்றிய இடம் தெரியவில்லை. ஒரு செல் உயிரியாக தோன்றிய உயிர்தான் இன்று உங்களைப்போன்றும் என்னைப்போன்றும் உருவாகியிருக்கிறது. ஆத்மாக்களின் வேலை சமநிலைப்படுத்துதல்.

ஒவ்வொரு ஆத்மாவுக்கும் ஒரு குணம் உண்டு. அந்தக் குணங்களின் வகைதான் சிங்கம், புலி, சிறுத்தை, கரடி, எலி... இது விலங்கினங்களுக்கு மட்டுமல்ல மனிதனுக்கும் இது பொருந்தும். மனிதன் குரங்கிலிருந்து வந்தவன், குரங்கின் குணம்கொண்டவன் மட்டுமல்ல. மனிதன் என்பவன் விலங்கினத்தைச் சார்ந்தவன். மனிதனுக்குள்ளும் உயிர் இருக்கிறது. அந்த உயிருக்கும் குணம் இருக்கிறது. ஒரே குணம் படைத்ததென்று மனித இனத்தைக் கூறினால், நல்லவன் - கெட்டவன், முதலாளி - தொழிலாளி, புத்திசாலி - முட்டாள் என்ற வேறுபாடே வந்திருக்க வாய்ப்பில்லை. மனித இனம் என்பது விலங்கின் பரிணாம வளர்ச்சி. அவனது குணம் என்பது அனைத்து விலங்குகளின் கூட்டமைப்பு.

குணத்தை செயலினாலும் சொல்லினாலும் அறிந்துகொள்ள முடியும். கற்காலத்தை நினைவில் கொள்ளுங்கள். அனைத்து விலங்குகளுக்கும் அனைத்தும் பொதுவானது. தேவையை நிறைவேற்றிக்கொள்ள அவைகள் செயல்படும் விதம்தான் குணம்.

மனிதனுக்குப் பணம் என்பது தற்பொழுது வேட்டைப்பொருள். பணம் தேவையைப் பூர்த்திச் செய்யும். விலங்கினத்தின் தேவை உணவு, உறக்கம், காமம். இவை மூன்றுக்காக மட்டுமே வேட்டை நிகழும். மூன்றாவது வன்முறையை உருவாக்கும்.

தேவையை நிறைவேற்றிக்கொள்ளவே போராட்டங்கள் நிகழும். உணவு உறக்கத்திற்காக நிகழ்ந்த போர்களைவிட பற்றின் காரணமாக உறவுக்காக ஏற்பட்டப் போராட்டங்களே அதிகம்.

உணவுக்காக வேட்டையாடுதல், பிச்சையெடுத்தல் இவையே நிகழும். உறக்கத்திற்கு ஓர் இடம் இருந்தால் போதும். காமத்திற்குத்தான் நாடகம் தேவை. நாடகம் என்பது நம்பவைக்கும் நிகழ்வு. நம்பவைத்து தேவை நிறைவேறியதும் நாடகம் அம்பலப்பட்டுவிடும். அந்த ஏமாற்றத்தில்தான் வன்முறை வெடிக்கும்.

ஒவ்வொரு விலங்கும் ஒவ்வொரு வகையில் தன் தேவையைப் பூர்த்திச் செய்துகொள்ள நாடகம் அரங்கேற்றும். அதற்காக ஒவ்வொரு விலங்கும் ஒவ்வொரு முறையில் செயல்படும். செயல்படும் விதம் என்பது குணம். குணம் அறிந்துகொள்ளப்படும் பட்சத்தில் எவ்விலங்கு எப்படிச் செயல்படும் என்பது தெரிந்துபோகும். அப்படித் தெரிந்துபோகையில் ஏமாற்றம் என்பது இருக்காது. ஏமாற்றத்தினால் மட்டுமே வன்முறை தலைதூக்கும். வன்முறையை அழிக்க அறிவு ஒன்றே உதவும். வன்முறை என்பது முட்டாள்களின் ஆயுதம்.

ஏமாற்றம் இல்லாத மனம், 'நீரினை அடைந்த வேருக்குச் சமம்.'

ஒவ்வொரு விலங்கின் குணமும் ஒவ்வொரு மனிதனுக்குள் உண்டு என்பதை உணர்ந்தவர்களுக்கு இது அபுனைவு என்றும், ஆடு, மாடு, கோழியைக்கூட கற்பனையாக நினைத்து வாழ்ந்து கொண்டிருப்பவர்களுக்கு இது புனைவு என்றும் இப்புனைவின் மூலம் தெரிவிக்கிறேன்.

இந்நூல் வெளிவர பல முக்கியக் காரணங்கள் உண்டு. அதில் மிக முக்கியக் காரணம் அனுபவம். அந்த அனுபவத்தின் பிழிவுகளை எழுத உதவிய என் எழுதுகோலுக்கும், என் எழுத்தைத் தன்னில் அச்சிட அனுமதித்த இக்காகிதங்களுக்கும், இறந்தும் அட்டைப் படத்துக்கு உயிர்கொடுத்த மயிலுக்கும் எனது நன்றிகள்.

என் வாழ்வில் என் பெற்றோருக்கு அடுத்து நான் நன்றியோடு இருக்கவேண்டிய அளவுக்கு உதவியவர்கள் பலர். எவ்வித நன்றியையும் எதிர்பாராமல் எந்நன்றியை தன்பால் அதிகரித்துக்கொண்டே வரும் 'முகிலை இராசபாண்டியன்' ஐயா அவர்களுக்கு என் நன்றிகள்.

மனித இனம், குறிப்பிட்டுக் கூறவேண்டுமெனில், 'தமிழினம்' நீண்டு நிலைத்திருக்க, தமிழ்ப்பேசும் மனிதன் நீண்டுவாழ தன் வாழ்வை அர்ப்பணித்துப் பகுத்தறிவுப் புகட்டி வாழ வழி செய்த, சாகாவரம் பெற்ற 'கமல்ஹாசன்' ஐயா அவர்களுக்கு என்றும் என் நன்றிகள்.

நினைவுகளை சேகரிக்கும்,
நா.கௌசிகன்
23.02.2024

1

மலராய் கடல் இருக்க, மணமாக அலைகள் வந்து போய்க்கொண்டிருப்பதையும், அலையோடு குதித்து விளையாடிக்கொண்டிருக்கும் குழந்தைகளையும், விளையாட விடுவதிலும் எச்சரிக்கையாக அருகே காத்திருக்கும் பெற்றோர்களையும், கையில் விளக்குகளை சுமந்துகொண்டு சூரியனை நகர்த்திக்கொண்டு போகும் விளக்கு விற்பனையாளர்களையும், உப்புக்காற்றை நுகர்ந்து மேலே ஒரு குழந்தையை சுமந்துகொண்டு தன் முதலாளியுடன் சென்றுகொண்டிருக்கும் குதிரையையும், குழந்தை அழுவதை அதட்டிச் சரி செய்துகொண்டிருக்கும் தாயையும், ஆங்காங்கே இருக்கும் படகுகளின் நிழலில் அமர்ந்திருப்பவர்களையும், கையில் ஒரு கோலுடனும் நெற்றியில் பெரிய கருநிற பொட்டுடன் தம்பதி இருவரையும் அமரவைத்து, குறிசொல்லிக் கொண்டிருப்பவரையும் கடந்து கடலைப் பார்த்தவண்ணம் வெட்டவெளியாய் கடலுக்குமுன் இருக்கும் கரையில் வந்து காலணியைக் கழற்றிவிட்டு தோளில் மாட்டியிருக்கும் பையையும் கழற்றி வைத்துவிட்டு அமர்ந்தாள்.

தனியாக வந்தமரும் அவளை கடல் மட்டும் பார்த்துக்கொண்டிருந்தது.

மனதில் பல சிந்தனைகள் ஓடிக்கொண்டிருக்க கடலை கவனித்தாள். அவளது மனம்போலவே கடலிலும் பல அலைகள் வந்துபோய்க்கொண்டிருந்தன. சிந்தனைகள் மறந்து கடலை கவனித்தவள், மேலே ஓடிஓடிக் களைத்து 'அய்யோ, போதும்' என்று

படர்ந்திருந்த மேகங்களைப் பார்த்தாள். அவளுக்குப் பின்னே கடலைவிட்டுப் பிரிகிற வேதனையில் சூரியன் மறையத் தொடங்கியிருந்தது. அதன் வலியில் வானமே சிவப்பாகக் காட்சியளித்தது.

மனதில் சிந்தனைகள் அனைத்தும் மறந்து கடலை நோக்கிப் புன்னகைத்தாள். கடலும் பதிலுக்கு அலைகளின் மூலம் புன்னகைத்தது.

சாரலாக வீசியக் காற்று அவளது முன்னங்கால்களை மார்போடு இறுக்கிப் பிடித்து அமரவைத்தது. மெல்லிய பச்சைநிற மேலாடையும், வெள்ளைநிறக் கால்சட்டையும் அணிந்திருந்தாள். இடதுகையில் கருப்புநிறக் கடிகாரமும், வலதுகையில் 'ஹார்ட்டின்' வடிவ மோதிரம் இரண்டும், கால்களில் முத்துக்கள் வைத்தக் கொலுசினையும் அணிந்திருந்தாள்.

ஏன் என்று தெரியவில்லை, அவளது அழகைப்போலவே அவள்மீது மணல் ஏராளமாக ஒட்டியிருந்தது.

அவளது பையில் செல்போன் ஒலித்ததால் கடலையும் வானையும் மறந்து பையைத் திறந்தாள்.

"நான் வந்துட்டேன். நீங்க எங்க இருக்கீங்க?"

"... ... ..."

"ஒரு போட் ஒன்னு கவுந்து இருக்கிறதுக்கு பக்கத்துல உட்கார்ந்திருக்கன்."

"... ... ..."

"சரி வாங்க" என்று செல்போனை அணைத்தாள். அதன் திரையில், அவளால், நான் அழகென்று அங்கீகரித்தப் படம் இருந்தது.

தன் உடைகளை சரிசெய்து கொண்டாள். கைகளில் இருந்த மண்ணைத் தட்டி சரிசெய்தாலும், தரையில் கையை ஊன்றவே மேலும்மேலும் விரும்பியது அவள் மனம். ஈர்ப்புவிதி அவளது உடலைவிட வலிமையானதாக இருந்தது.

மீண்டும் செல்போன் ஒலித்தது.

"எங்க இருக்கீங்க?" என்று சுற்றிப் பார்த்தவாறு கேட்டாள்.

"... ... ..."

"நெறைய போட் இருக்கா?"

"... ... ..."

"அதுல கவுந்து இருக்குல ஒன்னு..."

"... ... ..."

"ஒரு குதிரப் போகுதா?"

"... ... ..."

"ராட்டினம் இருக்குல, அதுக்கு நேரா வாங்க"

"... ... ..."

"பச்சக் கலர் டிரஸ். லைட் கிரீன்."

"... ... ..."

"ஓகே வாங்க" அணைத்தாள். சற்றுநேரம் கழித்து மீண்டும் ஒலித்தது.

"... ... ..."

"நா அங்கயேதான் இருக்கன்."

"... ... ..."

"நீங்க என்ன கலர் டிரஸ்?"

"... ... ..."

"சரி லெஃப்ட்ல பாருங்க. நா, கைதூக்குறன்."

"... ... ..."

"ரைட்ல பாருங்க."

"... ... ..."

"பாத்துட்டீங்களா?"

"... ... ..."

"நீங்க கைதூக்குங்க..."

"... ... ..."

"நான் பாத்துட்டன். லெஃப்ட் திரும்பி, நேரா வாங்க. கவுந்து இருக்குற போட் பக்கத்துல இருக்கன்" செல்போனை அணைத்தாள்.

தனக்கு அழகென்று தோன்றிய சட்டையும் பேண்ட்டும் அணிந்து, தோளில் வேலைக்குச் சென்றுவந்த பளுவோடு சேர்த்துப் பையையும் மாட்டிக்கொண்டு வந்துகொண்டிருந்தான்.

அருகில் வந்ததும், “அங்கேயே இருக்க வேண்டியதுதான?” என்றான்.

“முன்னாடியே வந்துட்டன், அதான். உட்காருங்க.”

தோளில் மாட்டியிருந்த பை, காலணி எதையும் கழட்டாமல் அப்படியே அமர்ந்தான். அமர்ந்தபின் பையைக் கழட்டி அருகில் போட்டான். காலணியைக் கழட்டி வைக்கையில் மண் அவன் மடிமீது விழுந்தது. எழுந்து உதறிவிட்டு அமர்ந்தான். அவன் உதறியதில் அவள் மீதும் மண் விழுந்ததால் அவளும் எழுந்து உதறிவிட்டு அமர்ந்தாள். அவன் செய்ததை நினைத்துச் சிரித்து உதட்டைக் கடித்தாள். எந்தச் சாயமும் பூசாத அவள் உதடு, புன்னகைப் பூத்ததும் சிவப்பாக மாறியது.

“எதுக்குச் சிரிக்கிறீங்க?”

“சும்மாதான்.”

“சொல்லுங்க?”

“ஒன்னும் இல்ல.”

அவன் முகத்தைத் தூக்கி வைத்துக்கொண்டான். கோபமும் கவலையும் அவனை வெறுக்கச் செய்தது.

“செறுப்பக் கழட்டிட்டே உக்காந்து இருக்கலாம்ல...”

“உங்க அளவுக்கு எனக்கு அறிவு இல்ல போதுமா?”

“சரி கோபப்படாதீங்க. விடுங்க...”

“நான் உங்ககிட்ட போன் பண்ணி புலம்புறதுனால, என்ன நீங்க என்னன்னு நெனைச்சுட்டீங்க?” தனது சிந்தனை உண்மையா என்று சந்தேகித்தான்.

“அய்யோ, நான் அதெல்லாம் நினைக்கல. பேக், செறுப்பு ரெண்டையும் உக்காரதுக்கு முன்னாடியே கழட்டி இருந்தா, நானும் எந்திருச்சி உதறாம இருந்திருப்பன்ல, அதுக்குச் சொன்னன்.”

“எந்திரிச்சு உதற உங்களுக்கு முடியலன்னு சொல்லுங்க...”

“சரி... சரி...”

"ம்ம்ம்"

"சரி, ரிலாக்ஸ்."

"ஏங்க இந்தப் பொண்ணுங்க எல்லாம் புரிஞ்சிக்கவே மாட்றீங்க. ஒன்னும் ஒன்னும் சொல்லணுமா..? உங்களுக்குக் கொஞ்சம்கூட அறிவு இருக்காதா? இல்ல எல்லாரும் நடிக்கிறீங்களா? என்னதான் நெனச்சிட்டு இருக்கீங்க? எது செஞ்சாலும் அதுல குற சொல்லிட்டே இருக்கீங்க? நீங்க எது செஞ்சாலும் சரி, அது நியாயம். நாங்க செஞ்சா தப்பு. எப்படி இது? எனக்குப் புரியவே இல்ல? என்ன பார்த்தா உங்களுக்கு எப்படி இருக்கு? இப்ப என்ன செஞ்சுட்டேன்னு சிரிக்கிறீங்க?"

"இருங்க, இப்ப என்ன நடந்ததுன்னு இப்படியெல்லாம் பேசுறீங்க. இதுக்குதான் நேர்ல வரச் சொன்னீங்களா?" லேசாகச் சிரித்தாள்.

"நீங்கதான சொன்னீங்க, ஃபோன்ல பேசுனா உங்க எமோஷன், ஸ்விட்சுவேஷன்லாம் கனெக்ட் ஆகாது. ஒருநாள் நேர்ல சொல்லுங்க, மீட் பண்ணுவோம்னு, நீங்கதான சொன்னீங்க?"

"சரி விடுங்க; ரிலாக்ஸ்" என்று பல்லைக் கடித்துக்கொண்டு சிரிக்க முடியாமல் தவித்தாள்.

அவன் கடலைப் பார்த்து எரிச்சலாகி சுற்றுமுற்றும் பார்த்தான். படகுக்கு அருகில் ஜோடிஜோடியாக அமர்ந்திருந்தவர்களைப் பார்த்து மேலும் எரிச்சலானான். சமூகம் சீர்கெட்டுவிட்டதாக எண்ணிக் குமுறினான். பெருந்துயரில் மீண்டும் கடலைப் பார்த்தான். கடல் அவனைப் பார்த்துச் சிரிப்பதைப்போல் அவனுக்கு இருந்தது. எரிச்சலோடு திரும்பினான். அவனையே பார்த்து உதட்டைக் கடித்துச் சிரித்துக்கொண்டிருந்தாள்.

அவள், தன்னைப் பார்த்துச் சிரிப்பதை அறிந்து மேலும் கவலைக்குள்ளாகி பெருமூச்சுவிட்டான்.

"சிரிக்காதீங்க ப்ளீஸ். நான் ஏற்கனவே மனசு உடைஞ்சு போயிருக்கன்" கண்களில் நீர்த்திரண்டது.

அவனைப் பார்த்து நாம் செய்தது தவறு என்றெண்ணி, "மன்னிச்சிடுங்க. தெரியாம பண்ணிட்டன். இனிமே பண்ணமாட்டேன்" என்று அவள்கூறிய அடுத்த நொடி,

"இதுதான் உங்க எல்லாருக்கும், எப்பயும் சொல்றத கேக்கிறதே கெடையாது. தனக்குதான் எல்லாம் தெரியும்னு நெனைச்சிட்டு

செய்வீங்க. கடைசில நாங்க சொல்றததான் செய்வீங்க இல்ல. சும்மாவா சொன்னாங்க, 'பெண் புத்தி பின் புத்தி'ன்னு. அப்போ எல்லாமே சரியாதான் இருந்தது. இப்போதான் எதுவுமே சரியில்ல. அங்க பாருங்க ஒவ்வொரு போட்கிட்டயும், இதெல்லாம் எப்படி அசிங்கமா இருக்காதா? வெட்கமா இருக்காதா? பாக்கறவுங்க என்ன நெனைப்பாங்க? கொஞ்சம்கூட அறிவு இல்ல. எப்படி இப்படியெல்லாம்? அந்தப் பொண்ணுக்கு எங்கப் போச்சு புத்தி? எப்படி இப்படி அலையிறாங்க? பார்த்தாலே கொல்லணும்போல இருக்கு..."

"அமைதியா இருக்கீங்களா!" எச்சரித்தாள்.

"நீங்களும் இதெல்லாம் ஒத்துக்கிறீங்களா? உங்கள நா வேறமாதிரில நெனைச்சன். நீங்க என்ன இப்படி இருக்கீங்க?"

"நிறுத்துறீங்களா. ரொம்ப ஓவரா ஏதேதோ பேசிட்டு இருக்கீங்க" புன்னகையும் கோபமும் கலந்து கூறினாள்.

"ம்ம்ம்" என்று கோபத்துடன் மண்ணைப் பார்த்தான். ஒரு நண்டு வலையிலிருந்து வெளியே வந்து மீண்டும் உள்ளே போனது.

'சுண்டல்... சுண்டல்...' என்று கூவிக்கொண்டு அருகில் வந்த சிறுவனிடம், "வேண்டாம் போ" என்றான்.

"வேண்டாம்பா" என்று அவள் கூறியதும் சுண்டல் ஒலி குறைந்தது.

"சரி சொல்லுங்க, என்னாச்சு?"

"ஒன்னுல்ல விடுங்க. எனக்கு எதுவுமே புடிக்கல."

"சரி விடுங்க, நான் செஞ்சது தப்புதான். தெரியாம சிரிச்சிட்டன். நா வேணும்னு பண்ணல. கூல்..."

"எனக்கு மட்டும் ஏன் இப்படியெல்லாம் நடக்குதோ? யாருக்கு நா என்ன செஞ்சன்? என்னால முடியல. எனக்கு மட்டும் ஏன் எதுவுமே கிடைக்கமாட்டுது. அப்படி என்னதான் பாவம் பண்ணிட்டன். எவன் எவனோ சந்தோசமா இருக்கான். என்னால அவங்கள மாதிரி ஏமாத்தி, நடிச்சி இருக்க முடியல. ஏன் யாருமே என்ன புரிஞ்சிக்கமாட்றாங்க? என்ன வாழ்க்கை இது? செத்துடலாம்போல இருக்கு..."

"அய்யய்யோ! ஏங்க, இப்ப நா என்ன செஞ்சிட்டேன்னு இப்படியெல்லாம் சொல்லிட்டு இருக்கீங்க? சிரிச்சது தப்பா?"

“ஏங்க, நா உங்கள சொல்லல. எனக்கு இங்க இருக்கவே புடிக்கல. எங்கயாவது போயிடலாம்போல இருக்கு. யாரையுமே எனக்குப் புடிக்கல. எல்லாரும் நடிக்கிறாங்க, ஏமாத்துறாங்க... என்னால முடியல...”

“என்னாச்சுன்னு சொல்லுங்க.”

“வேண்டாம்.”

“அட சொல்லுங்க, சொன்னாதான் சரியாகும். சொல்லலன்னா எப்படிச் சரியாகும்?”

“உங்களுக்கு அதெல்லாம் புரியாதுங்க, விடுங்க. என் கஷ்டம் எனக்குதான் தெரியும்.”

“பரவால்ல சொல்லுங்க.”

“உங்ககிட்ட சொன்னா நீங்க என்ன சொல்லுவீங்க? பாசிட்டிவ்வா திங்க் பண்ணுங்க, அப்படியில்ல இப்படியில்லன்னு கத சொல்லுவிங்க. கோபப்படாதீங்கன்னு சொல்லுவீங்க. வேற என்ன சொல்லுவீங்க புதுசா? கோபம் வரப்ப கோபப்படாம வேற என்ன பண்ணமுடியும்? கோபம் வர மாதிரி பண்ணா கோபம் வரத்தான் செய்யும். நா மனுசன் எனக்கு எல்லா உணர்ச்சியும் இருக்கு. நா பாத்துக்குறன் விடுங்க. நா உங்கள எதுவும் சொல்லல...”

“சரி, சொல்லுங்க என்னாச்சு, ஏன் இப்படிப் பேசுறீங்க?” என்று விட்டுக்கொடுக்க மனமின்றி மீண்டும் கேட்டாள்.

“வேணாம் விடுங்க, நா பாத்துக்குறன். என் பிரச்சன என்னோட போகட்டும். நீங்க நிம்மதியா இருங்க. உங்களுக்கு எதுக்கு என்னால கஷ்டம். நீங்க சந்தோசமா இருங்க.”

“அட சொல்லுங்க. எனக்கு எந்தப் பிரச்சனயும் இல்ல.”

“இப்ப என்ன உங்களுக்கு? நா சொல்றத நெனைச்சி மறுபடி சிரிப்பீங்க. வேணாம். என் லைஃப் நா பாத்துக்குறன். நீங்க உங்க வேலயப் பாருங்க” என்றுகூறி மண்ணைப் பார்த்தான். நண்டு வலையிலிருந்து வெளிவந்து கடலை நோக்கிப் போய்க் கொண்டிருந்தது.

“சொல்லுங்கன்னு சொல்றன், சொல்லமாட்றீங்க. ஏன் இப்படிப் பண்றீங்க? சொல்லுங்க. சொன்னாதான் சரியாகும்.”

“சொல்லி என்ன ஆகப்போகுது? அது அப்படியேதான் இருக்கும். சொல்றதுனால என் நிலமதான் உங்களுக்குத் தெரியும். அத நெனைச்சி நீங்க சிரிப்பீங்க. வேற என்ன பண்ணுவீங்க?”

“நீங்க ஃபர்ஸ்ட் சொல்லுங்க. அப்பறம் நா சொல்றேன்.”

“என்ன சொல்லுவீங்க? ஆறுதலா நாலு வார்த்தச் சொல்லுவீங்க. அதக் கேக்குறப்ப எனக்கும் நல்லாதான் இருக்கும். ஆனா, என் ஸ்விட்சுவேஷன்ல அதெல்லாம் யோசிச்சிட்டு இருக்கமுடியாது. நடக்கிறதுதான் நடக்கும். என் விதி அப்படி.”

“நா கேக்கிறத சொல்லுங்க. விதி கிதியெல்லாம் அப்பறம் பேசலாம். ஃபர்ஸ்ட் என்ன ஆச்சுன்னு சொல்லுங்க?”

அவன் அவளைப் பார்த்தான். அவள், நிதானமாக அவனைப் பார்த்துக்கொண்டிருந்தாள்.

•

2

கடலில் அலை, அவர்கள் பேசுவதைப் போன்றே ஒன்றன்பின் ஒன்றாக வந்துபோய்க்கொண்டிருந்தது. காற்று அவ்வப்போது தனது கோபத்தை வீசிச் சென்றது. கதிரவன் பாதி மறைந்து எக்கிஎக்கிக் கடலைப் பார்த்துக்கொண்டிருந்தான். அவ்வப்போது பெருத்த இரைச்சலுடன் விமானம் சென்றுகொண்டிருந்தது.

கைகளைத் தட்டிவிட்டு மூக்கினைத் துடைத்தவனை, “சொல்லுங்கன்னு சொல்றன்ல” என்று சற்றே அழுத்திக் கூறினாள்.

“ஒன்னும் இல்லங்க, விடுங்க” என்றவன் வெறுப்புடன் கடலை நோக்கினான்.

“ம்ம்ம்” என்று அவள் அமைதியானதும், சட்டென்று கோபம் குறைந்து,

“நீங்க சொல்லுங்க உங்களுக்கு எப்படிப் போகுது லைஃப்?” என்றான்.

“உங்ககிட்ட எதுக்குச் சொல்லணும்? நா எத்தனவாட்டி கேக்குறன் நீங்க சொல்றீங்களா?”

“என் லைஃப் நாசமா போயிட்டு. அதத்தான் சொல்லிட்டனே. உங்களுக்கு எப்படிப் போகுதுன்னுதான் கேட்டேன்.”

“இப்ப என்ன நாசமா போயிட்டு உங்களுக்கு? நல்லாத்தான இருக்கீங்க. ஏன் இப்படியே சொல்லிட்டு இருக்கீங்க? இப்படியே சொல்லிட்டு இருந்தா

அப்பபடியேதான் இருக்கும். கொஞ்சமாவது பாசிட்டிவ்வா இருங்க. எல்லாத்தையும் நெகட்டிவ்வா யோசிக்காதீங்க.”

“இதத்தான் சொன்னன். நா சொன்னா பாஸிட்டிவ்வா திங்க் பண்ணுங்க. நெகட்டிவ்வா யோசிக்காதீங்கன்னுதான் சொல்லுவீங்கன்னு தெரியும். வேற என்ன சொல்லிட முடியும். சொல்றது ஈஸிதான். செய்றது கஷ்டம். அவன்அவன் ஸ்விட்சுவேஷன்ல இருந்து பாத்தாதான் தெரியும் உங்களுக்கு. ஈஸியா சொல்லிடுவிங்க, பாஸிட்டிவ் நெகட்டிவ்ன்னு. உங்களுக்கு வரப்பத்தான் அதோட வலி தெரியும்.”

“இருங்க. நான் உங்களுக்கு ஒரு விஷயம் சொல்றன்னா அது எனக்குத் தெரியும்னு சொல்றதவிட, நானும் அதுல அதிகம் பட்டுருக்கன்னுதான் அர்த்தம். நானும் ஒருசில விஷயங்கள அனுபவிச்சி அதுலேந்து வெளில வந்துதான் உங்களுக்குச் சொல்றன். சும்மா பாஸிட்டிவ்வா இருங்கன்னு சொல்லல. நாம நினைக்கிறதுதான் நமக்கு நடக்கும். நாம நெனைக்காம நமக்கு எதுவுமே நடக்காது. அது கெட்டதா இருந்தாலும், நல்லதா இருந்தாலும். கெட்டதுன்னு தெரிஞ்சும் அதப்பத்தியே நாம ஏன் நினைக்கணும். இது கெட்டது இது வேண்டாம்னு நினைக்கலாமே. அத ஏன் நினைக்கமாட்றீங்க. அப்படி நினைச்சா கெட்டது போயிடப்போது. பாஸிட்டிவ்வா இருக்கலாமே” என்றுகூறி அவள் முடித்ததும். அவன் கண்கள் சற்றே விரிந்தன.

“சரி, நீங்க சொல்றபடியே நா நெனைக்கிறேன். அப்படியும் கெட்டது நடந்தா?”

“நா சொன்னபடி நீங்க நினைக்கலன்னு அர்த்தம்.”

“எப்படி?”

“நா என்ன சொன்னன்? கெட்டதுன்னு தெரியுதுன்னா அத ஏன் நினைக்கணும்? அது வேண்டாம்னு நல்லத நினைங்கன்னு சொன்னன். கெட்டது வேண்டாம்னு கெட்டதுக்கெல்லாம் பட்டியல்போட்டு இதெல்லாம் வேண்டாம் வேண்டாம்னு நினைச்சா அதெல்லாம் கண்டிப்பா நடக்கும். நல்லதுக்கு பட்டியல் போட்டு அத நெனைங்க கண்டிப்ப்பா நல்லது நடந்தே தீரும். நீங்க வேணா பாருங்க.”

“நல்லதுன்னு நீங்க எதச் சொல்றீங்க?”

“எல்லாத்தையும்தான்.”

“எல்லாமேவா?”

“ஆமா.”

அவன் அப்போதுதான் சிரித்தான்.

“ஏன் சிரிக்கிறீங்க?”

“எல்லாமே நல்லதுன்னு சொன்னீங்களே அதுக்குத்தான். இங்க நடக்கிறதுலாம் பாத்தா, நல்லதா இருக்கா உங்களுக்கு?” சுற்றியும் பார்த்தான். அவன் மனதில் உள்ள ஏக்கமும் பொறாமையும் அவன் கண்களில் தெரிந்தது.

“ஏன்?”

“சும்மா இருங்க. இங்க என்னால இருக்கவே முடியல. நீங்க என்னன்னா எல்லாமே நல்லதுன்னு காதுல பூ சுத்திட்டு இருக்கீங்க.”

அவள் சிரித்தாள்.

“உங்களால எப்படிச் சிரிக்க முடியுது? எனக்கு எதுவுமே புடிக்கல. நீங்க எல்லாமே நல்லதுன்னு சொல்றீங்க.”

“சொர்க்கம்னு நினைச்சா சொர்க்கம். நரகம்னு நெனைச்சா நரகம். அவ்வளவுதான்.”

“வாவ்” என்று கைத்தட்டி சிரித்தான்.

அவளுக்குச் சற்றே கோபம் தலைக்கு ஏறினாலும் நிதானமாக இருந்தாள்.

“எது இது சொர்க்கமா? சுத்திப் பாருங்க... எத்தன போட்கிட்ட ஜோடிஜோடியா என்ன பண்ணிட்டு இருக்காங்கன்னு? இதெல்லாம் பார்த்து நீங்க சொர்க்கம்னு சொல்றீங்களா?” என்று சிரித்தான். அவன் சிரித்து முடிக்கையில்,

“நாமளும் போட் பக்கத்திலதான் இருக்கோம்” என்றாள்.

“நாம வேற, அவங்க வேற” என்று தயங்கினான்.

“அவங்க வேறன்னா?”

“நாம ப்ரெண்ட்ஸ். அவங்க யாருன்னு நமக்கு எப்படித் தெரியும்?”

“கரெக்ட். அவங்க யாருன்னே தெரியாம எல்லாரையும் நீங்க சொன்னது எந்தவிதம்னு புரியுதா? அதான் நெகட்டிவ்.”

“இல்லாதத நான் ஒன்னும் சொல்லலையே...”

“கரெக்ட்தான். ஆனா, நீங்க உங்க மனசுல உள்ள கற்பனைய வச்சிக்கிட்டு சொல்றீங்க. அதனால நீங்க உங்ககிட்ட இல்லாதத சொல்லல.”

“புரியல?”

“உங்களுக்கு உங்க மனசுல ஒரு எண்ணம் இருக்கு. பீச்சுக்கு வந்து ஏதேதோ பண்ணனும்னு. அது உங்களுக்கு இன்னும் நடக்கல. அதனால மத்தவங்க யாரையாச்சும் நீங்க பார்க்கும்போது அவங்க நீங்க நினைச்சத எல்லாம் பண்றாங்கன்னு ஒங்க நெனைப்பு. அதனால, உங்களுக்குத் தப்பாதான் தெரியும். எதையுமே நாம செய்யாதவரைக்கும், மத்தவங்க நாம நெனச்சத எல்லாம் செய்றாங்கன்னுதான் தோணும். அத நீங்க எந்த விதத்தில நினைக்கிறீங்கங்றதப் பொறுத்து உங்க மைண்ட் மாறும். நல்லத நெனச்சா நல்லது. கெட்டது நெனச்சா கெட்டது.”

“எல்லாமே நல்லதுன்னு சொன்னீங்க. அப்ப எத நெனச்சா என்ன?”

“எதனடிப்படையில நெனைக்கிறோம்ங்றதுல இருக்கு.”

“புரியல. நீங்க ரொம்பக் குழப்புறீங்க. ஃபர்ஸ்ட் எல்லாமே நல்லதுன்னு சொன்னீங்க. இப்ப எதனடிப்படையிலன்னு சொல்றீங்க?”

“நமக்கு வலி தராம எதெல்லாம் நடக்குமோ அது எல்லாமே நல்லது. எதெல்லாம் வலி தருமோ அதெல்லாம் கெட்டது.”

“கஷ்டப்பட்டாதான எதா இருந்தாலும் கிடைக்கும்; நிலைக்கும்.”

“ஆமா”

“வலி தர்றது எல்லாமே கெட்டதுன்னுல சொன்னீங்க.”

“முதல்ல ஒரு விஷயத்தை புரிஞ்சிக்கோங்க. வாழ்க்கைக்கான புரிதல் வேற, வாழ்றதுக்கான புரிதல் வேற. இரண்டையும் போட்டுக் குழப்பிக்காதீங்க.”

குழப்பமாக முகத்தை வைத்துக்கொண்டான்.

“உங்களுக்கு என்னப் பிரச்சனன்னு சொல்லுங்க. அத விட்டுட்டு என்னென்னமோ பேசிட்டு இருக்கீங்க. சொல்லுங்க.”

“எல்லாமேதாங்க பிரச்சன.”

"... ... ..."

"எதுக்கு இதெல்லாம் நடக்குது? ஏன் இதெல்லாம்? ஒன்னுமே புரியல. எனக்குக் கடுப்பா இருக்கு. எது நல்லது? எது கெட்டது? எதுவுமே தெரியல..."

"எதெல்லாம் நடக்குது?"

"என் வாழ்க்கையில எதுக்கு இவ்ளோ பிரச்சன. நான் என்ன பண்ணன்? பொறந்தது ஒரு குத்தமா. பொறந்ததுலேந்து 'படிபடி'ன்னு சொல்லிப் படிக்க வைக்கிறாங்க. படிச்சி மார்க் எடுத்து காலேஜ் போயி... இதெல்லாம் எதுக்கு எனக்கு? நா வாழ்றதுக்கு எதுக்கு இதெல்லாம்? கணக்குல படிச்ச எந்த ஃபார்முலாவையும், நா என் லைஃப்ல, எக்ஸாம தவிர எங்கயும் யூஸ் பண்ணது இல்ல. இதுக்கு எதுக்கு அதெல்லாம் படிக்கணும்? படிச்சி முடிச்சிட்டு வேல. நா இன்னும் காலேஜ்ல ஃபீஸ் கட்டுன காசே சம்பாதிக்கல. என்ன எதுக்குப் படிக்க வச்சாங்க? எனக்கு ஏன் இதெல்லாம்? எனக்கு ஏன் இப்படியெல்லாம் நடக்குது? எங்கயும் எனக்கு நிம்மதியே இல்ல. எல்லாரும் கரெக்ட்டாதான் இருக்காங்க. நான்தான் சரியில்ல. எனக்கு எதுவுமே தெரியல. எல்லாரும் என்ன ஏமாத்துறாங்க, யூஸ் பண்ணிக்கிறாங்க, என்னால முடியல. செத்துடலாம்னு தோணுது, ஏன் இதெல்லாம் எனக்கு நடக்குது?"

"... ... ..." அமைதியாக இருந்தாள்.

"சொல்லுங்க சொல்லுங்கன்னு சொன்னீங்க. சொன்னா இப்போ அமைதியா இருக்கீங்க."

"நீங்க ஃபோன்ல சொன்னதுக்கும் இப்போ என்கிட்ட நேர்ல சொல்றதுக்கும் ஏதாவது சம்பந்தம் இருக்கா?"

"அது வேற. எனக்கு இது எல்லாமே மண்டைக்குள்ள ஓடிட்டே இருக்கு. இதுக்குலாம் எனக்குப் பதில் கிடைக்கல. என்ன பண்றதுன்னும் தெரியல. இதுல 'லவ்' வேற. நான் ஒன்னு சொல்றன், அவ ஒன்னு சொல்றா. நான் சொல்றதையே புரிஞ்சிக்கமாட்ரா. அவ பண்ணா எதுனாலும் சரி. நா பண்ணா அது தப்பு."

"ஆமா பார்த்தோம்" என்றவள் மனதுக்குள் சிரித்தாள்.

"சொல்லுங்க. இதெல்லாம்தான் என் பிரச்சன. என்கிட்ட நெறைய கேள்வி இருக்கு. ஒன்னு ஒன்னுத்துக்கும் எனக்குப் பதில் வேணும். எனக்கு எதுவுமே தெரியல..."

"நீங்க கேக்கிற எல்லாத்துக்கும் என்னால பதில் சொல்லமுடியாது. எனக்குத் தெரிஞ்சத நான் சொல்றேன். கரெக்ட்டா இருந்தா வச்சுக்கோங்க."

"சரி."

"சரி, கேளுங்க."

"அதான் சொன்னனே, அதுதான். ஏன் இதெல்லாம்?"

"ஓகே ஓகே, சொல்றன்" என்றுகூறி பையில் இருந்து தண்ணீர்க் குடித்தாள்.

அவர்களுக்கு முன்பு, காலை நினைத்துவிட்டு ஓடிய குழந்தையின் பாதச்சுவடை உள்ளே இழுத்துச் சென்றது அலை.

●

3

தண்ணீர்க் குடித்துவிட்டுக் கடலை நோக்கினாள். கடல் அவளைப் பார்த்துப் புன்னகைத்தது.

"இதெல்லாம் உங்களுக்கு ஏன்னுதான தெரியணும்?"

"ஆமா" என்றான் அவசரமாக.

"வாழ்றதுக்குத்தான்" என்று அவள் நிதானமாகக் கூறியது அவனைக் கடும்கோபத்திற்குக் கொண்டுசென்றது. அதை அவன் வெளிக்காட்டும் முன் அவள் தொடர்ந்தாள்,

"எல்லாம் எதுக்குன்னு ஈஸியா கேட்டுட்டிங்க. ஆனா இதுக்கெல்லாம் பின்னாடி பெரிய கத இருக்கு. நாம அடிமையா இருந்தோம்னு தெரியும்தான?"

"ஆமா."

"ஏன் அடிமையானோம்? நம்ம ராஜா, அப்படி இப்படின்னு நமக்கு எவ்வளவோ வரலாறு இருக்கு. அப்படி இருந்தும் எப்படி அடிமையானோம்?"

"... ... ..." கவனித்தான்.

"மனுசன் அப்டிங்றது விலங்கு. நாமளும் வேட்டையாடித்தான் சாப்பிடணும். அப்படித்தான் சாப்ட்டோம். அப்படி வேட்டையாடி வேட்டையாடிச் சாப்பிடறப்ப, நெறையபேர் சாகவேண்டிய சூழல். அதனால உற்பத்திப் பண்ண ஆரம்பிச்சோம்..." என்று அவள் கூறிக்கொண்டிருக்கும்போதே,

"ஸ்டாப்... ஸ்டாப்... இந்தக் கத எல்லாம் வேண்டாம். ஏன் எதுக்குன்னு மட்டும் சொல்லுங்க.

இதெல்லாம் தெரிஞ்சு நா என்ன பண்ணபோறேன்?" என்று அவன் கூறியதும்,

"ஒன்னு சொல்லட்டா?" என்றாள்.

"ம்ம்ம். சொல்லுங்க."

"ஒரு விஷயம்னு இல்ல, எதுவா இருந்தாலும் முழுசா கேக்கணும். முழுசா தெரிஞ்சிக்கணும். எது வேணுமோ அதுமட்டும் போதும்னா, நாய்தான் அப்படி இருக்கும். ஒரு பிரச்சனைக்கான பதில மட்டும் தேடாதீங்க. அதோட காரணத்தக் கண்டுபிடிங்க. காரணத்த தெரிஞ்சிக்கிட்டா அடுத்து நீங்க என்ன பண்ணனும்னு உங்களுக்கே தெரிஞ்சிடும். இதுமட்டும் சொல்லுங்க, இதுமட்டும் போதும்னா அது அந்த செகண்ட் சரியாகிடும். அடுத்தடுத்து வரும்போது இது எதுக்கு என்னன்னு கேட்டுட்டே இருப்பீங்களா? இங்க இருக்குற பிரச்சனைக்கு எல்லாம் காரணத்த தெரிஞ்சிக்கிட்டீங்கன்னா அந்தப் பிரச்சன வராம இருக்க என்ன பண்ணனும்னு உங்களுக்குத் தெரிஞ்சிடும்" என்றுகூறி அமைதியாகிவிட்டு, "முழுசா கேளுங்க" என்று அவள் கூறியதும் வாயடைத்துப் போனான். கடல் மட்டும் ஓயாது அலையடித்துக்கொண்டிருந்தது.

தொடர்ந்தாள், "உற்பத்திப் பண்ண ஆரம்பிச்சதும் நாகரிகம் வளர்ந்தது. உயிரிழப்புக் கொறஞ்சது. அப்போ வேட்டையாட வேண்டிய கட்டாயச் சூழல் இல்லாமப் போணுச்சு. அப்படியே நாகரிகம் வளந்துவளந்து அரசன் அரசி எல்லாம் வந்தாங்க. அப்பறம் நமக்குள்ளேயே அடிச்சிக்க ஆரம்பிச்சோம். இது எனக்கு அது உனக்கு இப்படியெல்லாம் போணுச்சு. அப்போதான், வேற ஒரு இடத்துல இருந்து நம்மள மாதிரியே இருக்கிறவங்க வந்தாங்க. ஆனா, அங்க இருந்து வந்தவங்க துப்பாக்கின்னு ஆயுதத்தோட வந்தாங்க. நாம சண்டபோட வாள், வேல், ஈட்டியையும் பயன்படுத்திட்டு இருந்தப்ப துப்பாக்கியோட ஒரு கூட்டமே வந்தது. ஈட்டி, வாள், வேல் எல்லாம் வச்சு சண்டபோடத்தான் வீரம் வேணும். துப்பாக்கி வச்சி சண்டைபோட விஞ்ஞானம் தெரிஞ்சா போதும். அப்படி விஞ்ஞானத்த வச்சுதான் நம்ம எல்லாரையும் அடிமைப்படுத்துனாங்க. அப்போ எத்தன எத்தனையோ பேர கொடும பண்ணாங்க, சாகடிச்சாங்க, கொலை பண்ணாங்க.

எதுக்கு அடிமைப்படுத்துனாங்கன்னா, அவங்க உழைக்கத் தயாரா இல்ல. நாகரிகம் வளராத விலங்கா வேட்டையாடிச் சாப்பிட

முடிவெடுத்து வேட்டையாட ஆயுதமா துப்பாக்கியத் தூக்கிட்டு வந்தாங்க.

இதத்தான் கமல் சார், 'ஹே ராம்' படத்துல ஒரு வசனத்துல சொல்லியிருப்பாரு. 'வேட்டையாடுறது விலங்கோட குணம். ஒன்னு ஒன்னுத்துக்கும் ஒரு தர்மம் இருக்கு. ஓநாயா இருந்து பார்த்தாதான் அதோட கஷ்டம் நமக்குத் தெரியும்'னு சொல்றப்ப, 'மிருகங்களுக்கு வேட்டையாடனும்னு தோன்றதுக்கு முன்னாடி துப்பாக்கிக் கண்டுபிடிக்கத் தோணணுமே...' அந்தத் துப்பாக்கிய வச்சிதான் நம்மள அடிமைப்படுத்தி, நம்ம நாட்ட வேட்டையாடுனாங்க..."

"... ... ..." கவனித்துக் கொண்டிருந்தான்.

"விஞ்ஞானத்துனால, நம்மள நாடா பிரிச்சி, நம்மள விட்டுட்டு நம்மகிட்ட இருந்த செல்வத்த எல்லாம் சுருட்டிட்டுப் போயிட்டாங்க. அப்படிப் போறப்ப, அவங்க நம்மள வச்சு அவங்கத் தேவைய நிறைவேத்துனதுல நாமளும் விஞ்ஞானத்தக் கத்துக்கிட்டோம். நம்மள அடிச்சு அடிமைப்படுத்திச் சின்னாபின்னமாக்கிட்டுப் போனமாதிரியே பலநாட்டு மக்கள அடிமைப்படுத்தி வச்சிருந்தாங்க. எல்லா நாட்டுலயும் மக்கள் திரண்டு போராடி சுதந்திரம் வாங்குனாங்க."

"அவங்க போனதும் நாம பழையபடி இருக்கவேண்டியதுதான? ஏன் இதெல்லாம்?" என்று அவன் குறுக்கே கேட்டதும்,

"வந்தது விலங்கு. இங்க இருந்ததும் விலங்கு. வந்த விலங்கு எப்படி உழைக்காம வேட்டையாடிச் சாப்பிடலாம்னு சொல்லிக்கொடுத்துட்டுப் போயிட்டு. இங்க இருந்த விலங்குகளும் வலிக்காம சுரண்டிச் சாப்பிடலாம்னு முடிவெடுத்துட்டு. விலங்கோட குணம் வேட்டையாடுறது. இப்போ நாம பூமிய வேட்டையாடிட்டு இருக்கோம்."

அவர்கள் பேசுவதைக் கேட்டுக்கொண்டிருந்த கடல் வலியில் அலையடித்துக்கொண்டிருந்தது. அவள் தொடர்ந்தாள்,

"நம்ம பூமிய நாமளே வேட்டையாடிக்க சுதந்திரம் வாங்குனோம். சுதந்திரம் வாங்குனதுக்கு அப்பறம் உலகமயமாக்கல் உருவாச்சு, மக்களாட்சி வந்துச்சு. இதுல நம்மளோட வளங்கள நாம பாதுகாத்துக்க, நம்ம நாட்டு மக்களப் பாதுகாத்துக்க, நம்ம வளங்கள நாம மட்டுமே சுரண்டிச் சாப்பிடப் போராடணும். போராடலனா வேற யார்கிட்டயாவது நாம அடிமை ஆகிடுவோம். அப்படி

அடிமையாகாம இருக்கவும், சண்டபோட்டு மத்த நாட்டுக்கிட்டேந்து புடுங்காம இருக்கவும் உற்பத்தியப் பெருக்கணும். ஆனா, இங்க உற்பத்திங்றது பூமியச் சுரண்டுறது. வேற யாரும் வந்து நம்ம மண்ண சுரண்டாம இருக்க, உற்பத்திப் பண்ற இடத்தையும் பொருளையும் பாதுகாக்கணும். அதுக்கு வெறும் மனுஷங்க மட்டும் பத்தாது. வீரம் மட்டும் பத்தாது. அப்படி இருந்துதான் விஞ்ஞானத்துக்கிட்ட தோத்துப்போனோம். அதனால, நமக்கு விஞ்ஞானம் தேவ.

எந்த நாட்டுல விஞ்ஞானம் முன்னோடியா இருக்கோ, அந்த நாட்டுல உழைக்காம சாப்பிடலாம், அப்டிங்ற மடத்தனத்த நம்பிப் படிச்சிட்டு இருக்குற நாகரிகம் வளர்ந்த விலங்குதான் நாம."

"விஞ்ஞானம்னா ஆயுதமா?"

"கிட்டத்தட்ட..."

"நா அதுக்காக படிக்கலையே"

"அதுக்குன்னு தெரியாமதான் படிச்சிட்டு இருக்கோம்."

சற்றுநேரம் அமைதியாக இருந்தவன், "சம்பாதிக்காம இருக்கமுடியாதா?"

"சம்பாதிச்சுத்தான் ஆகணும்."

"சம்பாதிக்கணுமா?"

"ஆமாம்."

"அதுதானே முடியல. என்னால யாரையும் ஏமாத்தி, அவங்க உழைப்பத் திருடி, பொய்ச்சொல்லி சம்பாதிக்க முடியல."

"நான் உங்கள அப்படியெல்லாம் சம்பாதிக்க சொல்லவே இல்லையே. சம்பாதிங்கன்னுதான் சொல்றன்."

"நீங்களும் என்ன பணம் பணம்னு சொல்றீங்க?" என்றவனைப் பார்த்துவிட்டு,

"பணம் எதுக்காக கொண்டுவந்ததுன்னு நினைக்கிறீங்க?"

"... ... ..." தெரியாது என்பதை விழியால் தெரிவித்தான்.

"நிர்வாகத்திறன் இல்லாம, ஒருவனோட உளவியல் புரியாமதான், ஒரு கூட்டம் வந்தது. அதுக்கு உற்பத்தியப் பெருக்க வழி தெரியல. வேட்டையாடுச்சி. அதப் பார்த்து எல்லாம் வேட்டையாடத் தயாரானோன அது நேரடி வேட்டைய நிறுத்துனது.

மறைமுகமா வேட்டையாட ஒருத்தனோட ஆசையையும் பயத்தையும் தூண்டி உற்பத்திப் பண்ணவைக்க முடிவு செஞ்சது. அந்த உற்பத்தியப் பங்குபோட்டுக்க, நமக்கானப் பொருளா பணத்தக் கொடுக்க முடிவு செஞ்சது. அதுக்காகக் கொண்டுவந்ததுதான் பணம்" என்று நிறுத்தினாள்.

"... ... ..." குழம்பியவனாகத் தெரிந்தவனைப் பார்த்து,

"நம்மகிட்ட சாப்பாடு, தண்ணி எல்லாம் தேவைக்கு மீறியும் இருக்கப்ப நாம ஏன் வேல செய்யணும்?"

"... ... ..."

"நம்மளோட ஆசைக்காகவும் நம்மகிட்ட இருக்குறத இன்னொருத்தன் புடுங்கிடுவாங்குற பயத்துலயும்தான?"

வாயடைத்துப்போயிருந்தாலும் அவனது 'ஆம்' என்ற குரல் வெளியில் கேட்டது.

"உங்ககிட்ட இருக்குறத யாரும் புடுங்கிடமாட்டாங்க, நீங்க கொடுக்கவும் தயாரா இருக்கிங்கன்னா நீங்க சம்பாதிக்க வேண்டாம்."

அவனுக்குப் பயம் வந்தது.

"நாம சும்மா இருந்தாலும். மத்தவங்க செய்றது நம்ம வாழ்க்கைய பாதிக்கும். இங்க எல்லாமே விலங்கு. எல்லாமே தன்னோட தேவய நிறைவேத்திக்கும். ஒவ்வொரு விலங்குகிட்டயும் இதெல்லாம் சொல்லிப் புரியவைக்கிறது கஷ்டம். அதுக்கு எப்போ நெருக்கடி ஏற்படுதோ அப்பதான் அது காது கொடுத்துக் கேக்கும். அதுவர அதோட ஆசையையும் தேவையையும் நிறைவேத்திக்க அது என்ன வேணாலும் செய்யும்."

"நாம விலங்கா?"

"உழைக்காம உயிரக் கொன்னு வேட்டையாடிச் சாப்பிடுறது விலங்குன்னா, எந்தப் பொருளா இருந்தாலும் உற்பத்திப் பண்ணாம பணங்கொடுத்து வாங்கிச் சாப்பிடற நாமளும் விலங்குதான? ரெண்டுமே உயிர் வாழத்தான?"

'ஆம்' என்று தயங்கினான்.

"நீங்க பணம் சம்பாதிக்கலன்னா, பணம் உள்ளவன்கிட்ட அடிமையாகிடுவிங்க."

"... ... ..." கேள்வியோடு விழித்தான்.

"பணம் ஒரு விலங்கு. அதுவும் வேட்டையாடும். பணத்த தனக்காக வேட்டையாட யாரு அனுப்புறாங்களோ அவங்களுக்கு பணம் இல்லாதவன் அடிமையாகிடுவான்."

"பணம் விலங்கா?" என்றுகூறி மெல்ல சிரித்தான்.

"... ... ..." அவள் மனம் உள்ளூரக் காயமடைந்தது.

அதை அறியாத அவன், சிறிது இடைவெளிக்குப் பின், "சரி. நீங்க சொல்றமாதிரியே வச்சுக்குவோம். பணம் சம்பாதிக்கணும்னா என்ன பண்ணனும் சொல்லுங்க?"

"நா சொல்றதுலாம் கேட்டுட்டுச் சிரிப்பீங்க. அப்பயும் நா உங்களுக்குச் சொல்லணுமா? முடியாது" என்றாள் அழுத்தமாக.

"கோபப்படாதீங்க..." என்று அவன் சொல்லிக்கொண்டு இருக்கையில் அவளது செல்போன் ஒலித்தது. அந்த இருளில் அவளது செல்போன் திரைப் பிரகாசமாகத் தெரிந்தது. அவன் அவளது செல்போனைப் பார்த்தான். 'மாதவி' அழைத்தாள். அவள் செல்போனில் பேசிக்கொண்டிருக்க கடலை கவனித்தவண்ணம் அமர்ந்திருந்தான்.

அப்போதுதான் அவனுக்கு, தான் செய்தது தவறென்றே புரிந்தது. அவள் போனை வைத்ததும், "என்ன மன்னிச்சிடுங்க" என்றான்.

அவள் சற்று ஆச்சர்யமாகப் பார்த்தாள்.

•

4

அவள் சற்றே கோபமாக இருந்தாலும் அவன் மன்னிப்புக் கேட்டதும், அவளது கோபம் மறையத்தொடங்கியது. அதை உணர்ந்தவன்,

"நா ஏன் படிக்கணும்னு கேட்டன். விஞ்ஞானத்தப் படிச்சாதான் நம்மள நாம காப்பாத்திக்க முடியும்னு சொன்னீங்க. ஆனா, விஞ்ஞானம் இல்லாதப்ப எல்லாரும் நல்லாதான இருந்தாங்க. அதச்சொல்லி எல்லாரையும் படிக்க வேணாம்னு சொல்லவேண்டியதுதான. இதப் படிக்கிறதுனால எவ்வளவு கஷ்டப்பட வேண்டியிருக்கு. படிக்க வேணாம்னு சொல்லமுடியாதா?"

'இதுவரை முட்டாளாகப் பேசிக்கொண்டிருந்தவன் இப்போது எப்படி அறிவோடு பேசுகிறான்' என்று சிந்தித்தவள், "கரெக்ட்தான். ஆனா நிறுத்துவாங்களா? யார் நிறுத்துறதுன்னுதானப் பிரச்சன. எல்லாரும் நிறுத்தணும். நிறுத்துவாங்களான்னு கேட்டா? கெடையாது. பஞ்சம் வர வரைக்கும் யாரும் எதையும் நிறுத்தமாட்டாங்க."

"பஞ்சமா?"

"ஆமா."

"பஞ்சமெல்லாம் எப்படி வரும்? அதெல்லாம் வராது. நாமதான் வேலப் பாத்துட்டு இருக்கோமே, அப்பறம் எப்படிப் பஞ்சம் வரும்?"

அவள் நினைத்தது தவறென்று உணர்ந்து, "நீங்க என்ன வேலப் பாக்குறீங்க?"

“சாஃப்ட்வேர் டெவலப்மெண்ட்.”

“ஒரு ரூபான்னா என்னன்னு தெரியுமா?”

“காசு.”

“அத கேக்கல, ஒரு ரூபாய்க்கு மதிப்புன்னு எதச் சொல்லுவீங்க?”

“சாக்லேட்” என்றான் யோசித்து.

“ஓகே. சாக்லேட்ங்றது என்ன?”

“மிட்டாய். இனிப்பா இருக்கும்.”

“அதுல என்னென்ன இருக்கும்?”

“அதெல்லாம் தெரியாது. சாப்பிடுவன் அவ்வளவுதான்.”

“... ... ...” அமைதியாக இருந்தவள் கையினால் மண்ணை அள்ளிக் காண்பித்து,

“இந்த ஒரு பிடி மண்ணோட விலை ஒரு ரூபா...”

“என்ன ஒன்னும் தெரியாம பேசுறீங்க. ஒரு லோடு எவ்வளோன்னு தெரியும்ல..?” என்று தனக்குத் தெரிந்த தகவலைக்கூற சீறினான்.

“சரி, இந்த மண்ணு ஒரு ரூபா. உங்களோட சம்பளத்துக்கு ஏத்த அளவுக்கு மண்ணு உங்ககிட்ட இருக்கு. இத நீங்க என்னெல்லாம் பண்றீங்கன்னு பார்ப்போம். சட்டை, பேண்ட், பைக், கார் அதுக்கு பெட்ரோல்...”

“என்கிட்ட கார் இல்ல” என்றவனை முறைத்தாள். அவளை சிரிக்கவைக்க முயற்சித்தது தவறென்றெண்ணினான்.

“அப்போ ஒவ்வொரு ரூபா செலவு பண்ற இடத்துல எல்லாம் நீங்க மண்ண அள்ளிக்கொடுக்குறீங்க. மண்ணுல உள்ள வளத்த எல்லாம் கொடுக்கிறீங்க. அப்போ மண்ணுல என்ன இருக்கும்?”

“... ... ...” அவள் கூறுவதைக் கவனிக்காமல் அவன் வெறுமனே பார்த்துக்கொண்டிருந்தான்.

எரிச்சலைடைந்தவள், “இரத்தம் குடிக்கிற ஓநாய்கிட்ட இரத்தம் குடிக்காதன்னு சொல்லமுடியாது. மீறியும் சொல்லப்போன அது நம்ம இரத்தத்தையும் சேர்த்துக் குடிக்கும்” என்று கோபப்பட்டாள்.

“நீங்க சொல்ல வர்றது எனக்குப் புரியல.”

"நீங்க சாஃப்ட்வேர் கம்பெனில வேலைப் பாக்குறீங்க. உங்களுக்கு அந்தக் கம்பெனில உள்ள வேலயப் பாத்தா சம்பளம் வந்துடுது. அதவச்சி சாப்பிட்டு சந்தோசமா இருக்கீங்க. ஆனா, நீங்க எதுக்காக வேலப் பாக்குறீங்க? மனுசன் உயிர் வாழச் சாப்பிடணும். அப்படிச் சாப்பிட அவனுக்குச் சாப்பாடு, தண்ணி வேணும். அதுக்காக நீங்க வேலப் பாக்குறீங்களா?"

"இல்ல"

"அப்ப என்னைக்கோ யாரோ அதுக்காக வேலப் பாத்து உழைச்சி சேர்த்துவச்சிட்டுப் போனதத்தான நாம அனுபவிக்கிறோம். இப்போ உங்கள இனிமே சோத்துக்கும் தண்ணிக்கும் மட்டுமே வேலப் பாருங்கன்னா பாப்பீங்களா?"

"... ... ..."

"அப்போ உங்களாலேயே நிறுத்தமுடியாது. அப்பறம் எப்படி எல்லாரையும் நிறுத்தச் சொல்றது? பஞ்சம் வர வரைக்கும் யாரும் எதையும் நிறுத்தமுடியாது. நீட்டிக்கலாம் அவ்வளவுதான்."

"நீட்டிக்கலாம்னா?"

"இன்னைக்குச் சாகுறத இன்னும் ரெண்டுநாள் தள்ளிப்போடலாம்."

"... ... ..." விழித்தான்.

"ஒரு தொழில் பண்றோம். தொழில்னா ஏதோ ஒரு பொருள உற்பத்திப் பண்றோம். அப்போ அந்தப் பொருள் மட்டும்தான் நம்மகிட்ட நெறையா இருக்கும். அதோட டிசைன், குவாலிட்டி, லைஃப் இதெல்லாம் வச்சி அதோட விலைய நம்மளால முடிவு பண்ணிக்க முடியும். அத விக்கும்போது நமக்கு ஒரு லாபம் கிடைக்கும். அதவச்சி நாம உற்பத்திப் பண்ணாத பொருளயும் வாங்கிக்க முடியும். இதுல எது எனக்கு ஈஸியோ, அத செஞ்சாலே போதும். வேற எவனோ ஒருத்தன் அவனுக்குப் புடிச்ச வேற பொருளையும் உற்பத்திப் பண்ணிடுவான். அத நாம பணங்கொடுத்து வாங்கி வாழ்ந்திட முடியும். இதுல என்ன சிக்கல்னா? அழகுக்கும், ஆடம்பரத்துக்கும் கொடுக்கத் தயாரா இருக்குற விலைய, அத்தியாவசியத்துக்குக் கொடுக்கத் தயாரா இல்ல. அதுனால அத்தியாவசியப் பொருள உற்பத்திப் பண்ணவும் யாரும் தயாரா இல்ல. ஏன்னா அழகுனாலயும் ஆடம்பரத்துனாலயும் மத்தவங்கள நம்பவச்சி தன் தேவைய உழைக்காம நிறைவேத்திக்க முடியும். உற்பத்தில அப்படியில்ல, உழைச்சாதான் தேவ நிறைவேறும்"

என்றுகூறி கடலைப் பார்த்தாள். அலைகள் எப்போதும்போல் கரையைத் தொட்டுவிட்டுச் சென்றது. பின்,

“அத்தியாவசியப் பொருள்ல லாபமும் இல்ல, விலைய நிர்ணயிக்குற அளவும் இல்ல. ஏன்னா, முன்னாடி அத்தியாவசியத்துக்கு மட்டும் வேல செஞ்சி அத்தியாவசியப் பொருள் அளவ அதிகரிச்சி வச்சிருக்காங்க. இதத்தான் விருமாண்டி படத்துல, ‘இது தண்ணி இல்லடா எங்கப்பத்தா இரத்தம்டா. இரத்தம் ஊத்தி வளர்த்தப் பூமிடா இது’ன்னு வரும். அப்படி அவங்க இருந்ததுனாலதான், இப்ப நாம உழைக்காம வேட்டையாடிகிட்டு இருக்கோம். அது காலி ஆகுறவரைக்கும் அதோட விலைய உற்பத்திப் பண்றவங்க நிர்ணயிக்க முடியாது; காலியாகிட்டு இருக்கு. உற்பத்திப் பண்றவங்க அளவும் குறைஞ்சிக்கிட்டு இருக்கு.

இது எப்படின்னா மரத்த நடுறவனுக்குச் சம்பளம் கிடையாது, மரத்த வெட்டுறவனுக்கு உண்டு. இதெல்லாம் புரிஞ்சி மாறணும்னா பகுத்தறிவு பெரும்பான்மையா ஆகணும்னும் கமல் சார் சொல்லி இருக்காரு. அதுவரைக்கும் நாமளும் சம்பாதிக்கணும். இங்க நெருக்கடி ஏற்படாதவரைக்கும் யாரும் எதையும் கேக்கவும் மாட்டாங்க. ஏத்துக்கவும் மாட்டாங்க.”

“எப்போதான் இதெல்லாம் சரியாகும்?”

“அதான் சொன்னனே, பகுத்தறிவு பெரும்பான்மையா ஆகணும், அப்போதான் சரியாகும்.”

“எப்படி?”

“இப்ப எது கேக்க வந்து என்னெல்லாம் கேட்டுட்டு இருக்கீங்க? என்ன கன்ஃபியூஸ் பண்ணாதீங்க, ப்ளீஸ்.”

“இல்லைங்க. எனக்கு இதெல்லாம் எதுமே தெரியாது. யாரும் சொல்லித்தரல.”

“சொல்லித்தரலையா?”

“ஆமா”

“படம் பாப்பிங்களா”

“பார்ப்பன்”

“கமல் சார் படம் பாத்து இருக்கீங்களா?”

“பாத்து இருக்கன்”

“அவர் நடிச்சப் படம் இல்ல. அவர் எழுதி நடிச்சப் படம்லாம்.”

“பாத்து இருக்கன்”

“அப்பறம் என்ன? எல்லாமே அதுலயே இருக்குமே...”

“என்ன சொல்றீங்க?”

“ஆமா. நீங்க மறுபடி பாருங்க”

“என்னன்னு சொல்லுங்களன்”

“அதெல்லாம் சொல்லமுடியாது. நெறைய இருக்கு, பாருங்க.”

“... ... ...”

“இதுமட்டும் சொல்றேன் ஞாபகம் வச்சுக்கோங்க. மனித இனம் உயிரோட இருக்க, இனிமே யாரு என்ன செய்யணும்னு நெனச்சாலும், அவரு செஞ்சத விட்டுட்டு யாராலயும் எதுவுமே செய்ய முடியாது. மனித இனம் உயிரோட இருக்குற வரைக்கும் கமல்ஹாசனுக்கு அழிவே கிடையாது.”

“நா கேட்டதுக்கெல்லாம் படத்துல சொல்லி இருக்காங்களா?”

பெருமூச்சுவிட்டாள்.

“சரி சொல்லுங்க” என்றான்.

“ஏங்க உங்களுக்கு என்னதாங்க வேணும்?” என்றாள். குரலில் அழுத்தம் தெரிந்தது.

“ஏங்க நீங்க சொன்ன எதுவுமே எனக்குத் தெரியாதுங்க. படிக்கச் சொன்னாங்க படிச்சேன். வேலைக்குப் ‘போ’ன்னு சொன்னாங்க போறன். எனக்கு எதுவுமே புரியலங்க. புரியவைங்க எனக்கு. இதெல்லாம் ஏன்னு?” என்று பரிதாபமாகக் கேட்டான்.

●

5

கடிகாரத்தைப் பார்த்தாள். பின் அமைதியாக இருந்தாள். அவனுக்கு அவள் அமைதியாக இருப்பது தொந்தரவு செய்துவிட்டதைப் போன்ற உணர்வை ஏற்படுத்தியது. இருவரும் அமைதியாக அமர்ந்திருந்தனர்.

சற்றுநேரம் கழித்து அவனைத் திரும்பிப் பார்த்தாள். அவன் குற்றவுணர்வு பொருந்தியக் கண்களோடு அவளைப் பார்த்துக்கொண்டிருந்தான்.

"உங்களுக்கு எதுவுமே தெரியாதா?"

"தெரியாது" என்று மெல்லக்கூறி மண்டையை ஆட்டினான்.

"சொல்றன். ஆனா, குறுக்கக் கேள்விக் கேட்காம அமைதியா கேக்குறீங்கன்னா சொல்லுவன். இல்லன்னா சொல்லமாட்டன்." என்றாள்.

"சரி. வாயே தொறக்கமாட்டன். நீங்க சொல்லுங்க. எதுவுமே கேக்கமாட்டன். அமைதியா இருக்குறன்" என்று சத்தமாகச் சொன்னான்.

வானில் பறவைக்குப் பதில் விமானம் சென்றது.

சொல்லத்தொடங்கினாள், "நாம அடிமையா இருந்தோம்னு சொன்னன். ஞாபகம் இருக்குல?"

'ஆம்' என்று தலையசைத்தான்.

"நாம அடிமையா இருந்து சுதந்திரம் கிடைச்சதுக்கு அப்பறம், ஒவ்வொரு நாடும் மத்த நாட்டைப் பயன்படுத்திக்க ஆரம்பிச்சது. எப்படின்னா, அந்த

நாட்டுல எது இருக்கோ அதக்கொடுத்து, அந்த நாட்டுக்கிட்ட இல்லாதப் பொருள மத்த நாட்டுக்கிட்ட வாங்கிக்கிறது. பண்டமாற்றுமுறை மாதிரிதான். இப்போ, அதுமாதிரி நம்ம நாட்டுல பொருளக்கொடுத்து வாங்கணும்னா உற்பத்தியப் பெருக்கணும். அப்போதான் இங்க உள்ளவங்களுக்கு உணவுபோக, மத்தப்பொருளைக் கொடுத்து ஆயுதம் விஞ்ஞானம்னு வாங்கிக்க முடியும். உற்பத்தியப் பெருக்கணும்னா உடல் உழைப்ப அதிகரிக்கணும். உடல் உழைப்புக்குப் பதிலா விஞ்ஞானம் இருக்கு. அப்போ, எல்லாரையும் விஞ்ஞானம் படிக்க வச்சா அதப் பயன்படுத்த முடியும். அப்போ எல்லாருக்கும் கல்விக் கொடுக்கணும். கல்வி விஞ்ஞானமா மட்டும் இருந்தா மத்த வேலய யாரு பாக்குறதுன்னு, அதுக்குத் தனியா சிஸ்டம் போடுறாங்க. மார்க் வச்சி, நீ இது படிக்கலாம் அதப் படிக்கலாம்னு. அப்படிப் பண்றப்ப எல்லாத் துறைக்கும் ஆள் கிடைச்சிடுவாங்க.

அப்போ உற்பத்திப் பண்ணி ஒவ்வொரு ஊர்லேந்தும் வரப்பொருள ஒரு இடத்துல சேர்த்துவச்சி, அத நம்ம மக்களுக்குப்போக, மிச்சத்த, யாரு நமக்குத் தேவையானப் பொருளக் கொடுக்குறாங்களோ அங்க அனுப்பி, அங்கேந்து நமக்குத் தேவையானப் பொருள வாங்கிக்கலாம். இப்படி வாங்குறப் பொருள எல்லாருக்கும் இலவசமா கொடுக்கமுடியாது. அதேமாதிரி உற்பத்திப் பண்ணிக் கொடுக்குறப் பொருளையும் மக்கள் சும்மா தரமுடியாது. அதுக்குப் பணம் கொடுத்து மக்கள்கிட்ட அவங்க உற்பத்திப் பண்ற பொருள வாங்கிக்க முடியும். அவங்க உற்பத்திப் பண்ணாத பொருளையும் அந்தப் பணத்த வச்சி அவங்க வாங்கிக்க முடியும். எந்த அளவுக்கு உற்பத்தியாகுதோ, அதோட மதிப்புக்கு பணம் கிடைக்கும். அதவச்சி நாம உற்பத்திச் செய்யாதப் பொருள வாங்கி உபயோகிக்கத்தான் பணம்.

பணத்தோட மதிப்பு ஒவ்வொரு நாட்டோட உற்பத்தியையும் வளத்தையும் வச்சி முடிவாகுது. இங்க உற்பத்திங்றது உணவு மட்டும் இல்ல. எல்லாம்.

உணவு உற்பத்திக் குறைவா உள்ள நாட்டுல உணவுத்தேவை இருக்குறதுனால, அவங்க மனுசனோட ஆசைய தேவையா உருவாக்கி, ஆடம்பரப் பொருள்களோட உற்பத்தியத் தொடங்குறாங்க. இத உணவு உற்பத்திப் பண்ற நாட்டுலயும் பண்றாங்க. அப்போ ஒருத்தன்கிட்ட பணம் சேரசேர அவனோட ஆசைக்கு ஏத்த மாதிரி அவனோட பொருள் எல்லாம் மாறுது. அது மாறமாற இயற்கையும் மாறும். நாம நிறுத்தணும்னு நெனைச்சாலும்

மத்தவன் பண்றது நம்மள கண்டிப்பா பாதிக்கும். அதனால இயற்கைய அழிச்சி உற்பத்திப் பண்ணாலும் அதத் தொடர்ந்து பண்ணிகிட்டே இருக்கணும்ங்ற கட்டாயத்துக்கு வந்துடுவோம். அதுலயும் எவன் பணத்தோட இருக்கானோ அவனோட திமிர், திறமை தனியாத் தெரியும். இதுல உழைக்குறவன்கிட்டயும் திமிர் இருக்கும். திருடுறவன்கிட்டயும் திமிர் இருக்கும்; பணத்திமிர்.

எந்தவொரு மனுசனும் தன்னைவிட ஒருத்தன் சிறந்தவன்னு ஏத்துக்கவே மாட்டான். அப்படி இருக்கும்போது போட்டியவிட பொறாம தலைதூக்கும். அப்போ அவங்கிட்ட இருக்கிறது எனக்கும் வேணும் என்னாலயும் முடியும்னு செய்ய ஆரம்பிச்சி இன்னைக்குப் புதுப்புதுப் பொருளா உற்பத்திச் செஞ்சி இயற்கைய சீரழிச்சி சிதைச்சிக்கிட்டு இருக்கோம். எல்லோருக்கும் எல்லாம் கிடைக்கணும்னு உருவாக்குனப் பணம் எல்லாரையும் அழிக்கிறதுக்கு முன்னாடிப் போயிட்டு இருக்கு. பணத்த ஒழிக்காம பூமியக் காப்பாத்த முடியாது. பணத்த ஒழிச்சா ஒருத்தருக்கொருத்தர் அடிச்சுக்க ஆரம்பிச்சிடுவோம். எந்த நாட்டுல தங்களுக்குத் தேவையானப் பொருளத் தாங்களே உற்பத்திச் செஞ்சி சாப்பிடுறாங்களோ அங்க பணத்த ஒழிக்கலாம். ஆனா, அந்த நாட்டுக்கு ஆபத்து அதிகமாக இருக்கும். ஸோ, பணம் ஒழியிற வர நாம எதையும் நிறுத்தமுடியாது.

பணம் சம்பாதிக்கலன்னா அடிமையாகி சாவோம். அப்போ பணம் சம்பாதிக்கணும். அதுக்கு என்ன பண்ணனும்னா ஒன்னு தொழில் தொடங்கணும், இல்லன்னா தொழில் தொடங்கி இருக்கிறவங்ககிட்ட வேல செய்யணும். வேலய கத்துக்கணும். ஆனா, ஒருத்தவங்ககிட்ட வேல செஞ்சா பெரிய அளவுல சம்பாதிக்க முடியாது. அவனுக்கு ஏதோ ஒரு வகையில உதவி செய்யிறோம்னு நினைச்சிக்கலாம்." என்று அமைதியானவள்,

"நோக்கம் வச்சிச் செயல்படணும். அப்படிச் செஞ்சா நாம நம்மக் குடும்பத்த, மாநிலத்த, நாட்ட உயர்த்தலாம். நாடு முன்னேறுனா பசியில்லாம பண்ணமுடியும். ஆனா, உற்பத்திச் செய்யணும். இப்போ நீங்க வேலைப் பாக்குறது வேறவொரு நாட்டுக்கு, அங்க இந்த வேல செய்ய ஆள் இல்லாமதான் நீங்க செய்றீங்க. நம்ம நாட்டுல தேவையான அளவுக்கு ஆள் இருக்காங்க. ஆனா, எல்லாருக்கும் வேல கொடுக்கமுடியாது. அதனாலதான் வெளிநாட்டு கம்பெனிங்கள முதலீடு செய்ய இங்க வரவைக்கிறாங்க. அப்படி வரப்ப இங்க படிக்கிறவங்களுக்கு வேல கிடைக்கும் சம்பளம் கிடைக்கும்.

இன்னும் கொஞ்சம் யோசிச்சா புரிஞ்சிடும். நம்ம நாட்டுல உள்ள கம்பெனிக்கு ஆள் போதும்னா, நம்ம நாட்டுல உள்ள கம்பெனியோட எண்ணிக்கையத்தான் அதிகமாக்கணும். அப்போதான் நம்ம நாட்டுல உற்பத்திப் பெருகும். இங்க உள்ள கம்பெனில வேல இல்லன்னா, கம்பெனிங்க அதிகம் வேணும். அப்போதான் நம்ம உற்பத்தி, நம்ம பொருளாதாரம் அதிகரிக்கும்.

வெளிநாட்டோடதா இருந்தா நம்ம பொருளாதாரம் அவங்களுக்குப் போய்கிட்டு இருக்கும். அப்போ கம்பெனிகள உருவாக்கணும். அது எந்தக் கம்பெனியா இருந்தாலும், அது நம்ம நாட்டோட கம்பெனியா இருக்கணும்.

அனைவருக்கும் கல்வி கொடுத்துவிட்டு வேலை கொடுக்கவில்லை என்றால் கேள்வி எழுப்பப்படும் என்றுதான் வெளிநாட்டு நிறுவனங்களை முதலீட்டுக்கு இழுக்கின்றனர். அதை நாமே தொழிலாக செய்தால் நம் நாட்டுக்கு நல்லது. பணம்தான் சம்பாதிக்கவேண்டும். அந்நிய நாட்டுக்காக அந்நியனுக்காக சம்பாதிக்கவேண்டாம். நாம் நமக்காக நம்ம நாட்டுக்காக சம்பாதிப்போம். இதுதான் பணம். இப்படிப் பண்ணா நம்ம நாட்டுக்கும் நன்மை, நமக்கும் நன்மை. புரிஞ்சுதா?" என்று மேடைத் தமிழில் புன்னகையுடன் நிறுத்தினாள்.

"அதாவது பணம் சம்பாதிக்கணும். அதும் நமக்காக நம்ம நாட்டுக்காக சம்பாதிக்கணும். சம்பாதிக்காம இருந்தா அடிமையாகிடுவோம். பணம் இல்லாமயும் இருக்கமுடியாது."

"ம்ம்ம்" என்று இமை மூடி தலையசைத்தாள்.

"பணத்தை ஒழிக்கமுடியாதா?"

"முடியும். ஆனா யாரும் பண்ணமாட்டாங்க. அப்படியே செஞ்சாலும் அடிச்சிக்கிட்டு சாகணும். பஞ்சம் வர வரைக்கும் இப்படித்தான்."

"தொழில் செய்யணும்னா என்ன மாதிரி தொழில் செய்யலாம்?"

"பிச்சை எடுக்காம, உடம்ப அடகு வைக்காம எந்தத் தொழில் வேணா செய்யலாம்."

"பிச்சை எல்லாம் யார் எடுக்கப்போறா?"

அவள் சிரித்தாள்.

"என்ன சிரிக்கிறீங்க?"

“ஏற்கனவே பிச்சைதான் எடுத்துக்கிட்டு இருக்கோம்.”

“என்ன சொல்றீங்க?”

“கையில பாத்திரமோ தட்டோ இல்லங்றதால பிச்சை எடுக்கலன்னு அர்த்தம் இல்ல”

“அப்பறம்?”

“பணமே ஒரு வகையில பிச்சப் பாத்திரந்தான. ஆனா அதிகாரத்தோட பிச்ச எடுக்கவைக்கிறது பணம்.”

“இத எப்படி ஏத்துக்கிறது?”

“உற்பத்தியே செய்யாம பணத்தக் கொடுத்துச் சாப்பிடறதும் பிச்சதான?”

“நீங்கதான சொன்னீங்க இதெல்லாம் இதுஇதுக்குன்னு அப்பறம் எப்படி இப்படிச் சொல்றீங்க?”

“உற்பத்தியே செய்யாம ஒருத்தன்ட்ட நீங்க எப்படிச் சாப்பாடு வாங்குறீங்க?”

“... ... ...”

“ஏதோ ஒரு வகையில அவனப் பயன்படுத்தி, அவனுக்கு ஆசைக்காட்டி, பொழுதுபோக்குக்கு ஏதாவது, ஆடம்பரத்துக்கு ஏதாவதுன்னு கொடுத்துதான? அப்ப அவன் கொடுக்குற பிச்சதான எல்லாம்.”

தலைகுனிந்தான்.

“அவ்வளவுதான்” என்று அவள் கூறுகையில் தலைநிமிர்ந்து அவளைப் பார்த்தான்.

“இப்போதான் புரியுது”

“என்னது?”

“உங்களுக்கு ‘கண்ணகி’ன்னு பேர் வச்சது சரிதான்னு.”

அவள் சிரித்தாள். பின்,

“இதுக்காகத்தான் நம்மளப் படிக்க வைக்கிறாங்க. விஞ்ஞானமும் வளரணும் உற்பத்தியும் பெருகணும். நாடு அடிமையாகிடக் கூடாது. புரிஞ்சதுல?”

“ம்ம்ம்” என்றவன், “ஒரு சந்தேகம்...” என்றான்.

"என்னது?"

"ஏன் மத்த நாட்டு கம்பெனிகள வர வேணாம் நம்ம நாட்டு கம்பெனிகள அதிகப்படுத்தணும்னு சொல்றீங்க?"

அறிவற்றவனைப் பார்ப்பதுபோல் பார்த்துவிட்டு, "ஒரு கடை வைக்கிறோம். அப்போ நம்மகிட்ட கொஞ்சம் கஸ்டமர்ஸ் வருவாங்க. போகப்போக நிறையபேர் வருவாங்க. அடுத்து வர இலாபத்துல அடுத்தக் கடைப் போடுவோம். அப்படி கடை அதிகமாக அதிகமாக என்ன ஆகும்?"

"லாபம் அதிகமாகும்"

"அப்போ அதே கடைய வேறவேற ஊர்ல போடுறப்போ, அங்க உள்ளவங்களும் நம்மகிட்ட போட்டிப் போடும்போது யார்கிட்ட கூட்டம் போகும்."

"அந்த ஊர்ல போடுறவங்ககிட்டதான்."

"இல்ல, அப்படி அங்க கூட்டம் போகுதுன்னு தெரிஞ்சாலே என்ன ஆகும்?"

"... ... ..."

"நமக்கு அதிகமா வர லாபத்துனால விலையக் குறைப்போம். விலையக் குறைச்சா கூட்டம் இங்க வந்துடும். அப்போ அவங்களால வளரமுடியாது. அவங்க நமக்கு வேலை செய்ய வந்துடுவாங்க. இதுல தகுதியுள்ளது தப்பிப் பிழைக்கும். ஆனா அதோட எண்ணிக்க குறைவா இருக்கும். அப்போ அந்தந்த ஊர்ல அந்தந்த நாட்டுல உள்ள கம்பெனியோட எண்ணிக்கையத்தான் அதிகப்படுத்தணும். மத்தவன அதிகம் உள்ள விட்டோம் பொருளாதார ரீதியா நம்மளோட வளர்ச்சிக் குறைவாத்தான் இருக்கும். இதுதான் பணத்தோட வேட்டை."

"புரியுது."

பின் இருவரும் அமைதியாக இருந்தனர். மெல்ல, "பிச்சன்னு சொன்னிங்களே..." என்று அவன் கேட்பதற்குள் கண்ணகியின் செல்போன் ஒலித்தது; மீண்டும் மாதவி.

"ஓகே. வரன்" என்று போனில் சொல்லிவிட்டு எழுந்தாள். அவளுடனே அவனும் எழுந்தான்.

"சரி, நாம அப்பறம் பார்ப்போம். மாதவி வந்துட்டா. நா அவளோட ஹாஸ்டல் போயிடுறேன். நீங்க எப்படிப் போறீங்க?"

"நான் பஸ்ல போயிடுறன்."

"சரி, வாங்க கௌம்பலாம்."

இருவரும் சாலையை நோக்கி நடக்கத்தொடங்கினர். கடல் அவர்களுக்குப் பின்னால் இருந்து அவர்களைவிட்டுப் பிரியமுடியாமல் அலையை அனுப்பித் தவித்துக்கொண்டிருந்தது.

●

6

கடல் அலை மறையும் தூரம்வரை அவர்கள் மணலில் நடந்திருந்தனர். அதுவரை கண்ணகியிடம் எதுவும் பேசாமல் அமைதியாக வந்துகொண்டிருந்தவன்,

"நாம ஏதோ பேச வந்து ஏதேதோ பேசிட்டு இருந்துட்டோம்" என்று தயங்கினான். குரலில் முன்பிருந்த குழப்பம் இல்லை.

"அப்படியெல்லாம் இல்ல இதுவும் தேவதான். இது புரிஞ்சா உங்களுக்குப் பாதி புரிஞ்ச மாதிரி."

"ம்ம்ம்" என்றான்.

"இன்னும் க்ளாரிட்டி வரலன்னா 'ராம' போய்ப் பாருங்க. அவந்தான் எனக்கு இதெல்லாம் சொல்லிக் கொடுத்தான். நாளைக்கு லீவுதான உங்களுக்கு?"

"ஆமா. சண்டே"

"அப்பறம் என்ன? நா அவன்ட்ட சொல்லிடுறன். இது ஒரு வாழ்க்க அவ்வளதான். என்ன, எதுக்குன்னு தெரிஞ்சிகிட்டிங்கன்னா கஷ்டம் காணாமப் போய்டும். அதுக்கு அப்பறம் என்ன செய்யணும்னு உங்களுக்கே தெரிஞ்சிடும்."

அவன், அவளை விநோதமாகப் பார்த்தான். இருவரும் சோளம் விற்கும் தள்ளுவண்டியைத் தாண்டி, சாலைக்கு வந்தனர். அங்கே மாதவி, வண்டியுடன் காத்துக்கொண்டிருந்தாள்.

கண்ணகி வண்டியில் ஏறி ஹெல்மெட் அணிந்தாள். பின் இருவரும் புறப்பட்டனர்.

மாதவி, "என்னடி, என்னாச்சு?"

"எல்லாம் எதுக்கு என்னன்னு கேட்டுட்டு இருந்தாங்க."

"இன்னுமா?"

"ஆமா, சரியாகிடும், பாஸிட்டிவ்வா இருங்கன்னு சொன்னன். நாளைக்கு ராம பார்க்கச் சொல்லியிருக்கன். அவனுக்கும் மெசேஜ் பண்ணி இருக்கன்."

"சரி அதவிடு, என்ன டின்னர், எங்கே சாப்பிடுவோம்..?"

இருவரும் சாப்பிட்டுவிட்டு ஹாஸ்டலுக்கு வந்து கட்டிலில் படுத்திருந்தனர். மாதவி அவளது வீட்டிற்குப் போன் பேசிக்கொண்டிருந்தாள். கண்ணகி மெசேஜ் செய்துகொண்டிருந்தாள்.

"சரி, நா வைக்கிறன்" மாதவி போனை கட் செய்துவிட்டு, "மாப்பிள பாக்கிறாங்களாம் எனக்கு" என்றாள்.

கண்ணகி போனை கீழே இறக்கி, "நீ என்ன சொன்ன?"

"நானும் பாக்கிறேன், நீங்களும் பாருங்கன்னு சொன்னன்."

இருவரும் சிரித்தனர்.

"நாளைக்கு எங்க போறது?"

"ராம் வரலையே எப்படிப் போறது?"

"ராம் வந்தாதான் நீ வருவியா?" மாதவி.

"ஆமா."

"இருக்கட்டும். சரி, காலையில என்ன எழுப்பாத, லைட் போட்ட அவ்வளவுதான். அக்கா நல்லா தூங்கணும் ஓகே?"

"சரி சரி" என்று சொல்லிவிட்டு மீண்டும் போனில் மெசேஜ் செய்தாள். ராமிடமிருந்து 'குட் நைட்' வந்திருந்தது.

●

7

சிவப்பில் வெள்ளைநிற கட்டம்போட்ட சட்டை அணிந்து, வெண்ணிற கால்சட்டை அணிந்து செல்போனில் பேசிக்கொண்டிருந்தான் ராம். மாலில் உள்ள 'ஃபுட் கோர்ட்' என்பதால் அவரவர், அவரவர் வேலையைப் பார்த்துக்கொண்டிருந்தனர்.

"இன்னும் வரல."

"சரி சரி, வந்துடுவாங்க, சாப்ட்டியா?" என்று கட்டிலில் அமர்ந்து, போனில் கேட்டுக்கொண்டிருந்தாள் கண்ணகி.

"சாப்ட்டன். நீ?"

"சாப்ட்டன் சாப்ட்டன்."

"ஓகே."

'இதத்தானே சொன்னன் நைட்டே! லைட் போடாத தூங்கணும்னு!!' அலறினாள் மாதவி.

"என்ன சத்தம்?"

"லைட் போட்டுட்டன்னு கத்துறா."

"ஏன்?"

"தூங்கணுமாம்."

"எப்ப லைட் போட்ட?"

"இப்பதான்"

"மணி 12 ஆகுது" என்று கடிகாரத்தைப் பார்த்தவிட்டுச் சொன்னான்.

‘ஹீ... ஹீ...’ என்றாள்.

“என்னமோ பண்ணுங்க” என்றவனின் முன்னிருந்த நாற்காலியில் வந்தமர்ந்தவனைப் பார்த்துவிட்டு, “சரி வந்துட்டாங்க, நான் அப்பறம் பேசுறன். டாட்டா” என்று போனை கட் செய்தான்.

“வாங்க, சாப்ட்டீங்களா?”

“ம்ம், சாப்ட்டன்.”

இருவரும் அமைதியாக இருந்தனர்.

ராம், “சொல்லுங்க, பிரச்சன பிரச்சனன்னு சொல்லிகிட்டே இருந்தீங்கன்னு கண்ணகி சொன்னாங்க. என்னாச்சி உங்களுக்கு?”

“ஆமா. எனக்குப் பாதி விஷயம் புரியல. நேத்து கண்ணகிதான் கொஞ்சம் புரியவச்சாங்க.”

“ஓகே.”

“ம்ம்ம்”

“சொல்லுங்க நீங்கதான் சொல்லணும். என்கிட்ட பேசணும்னு வரச் சொன்னன்னு சொன்னாங்க, நீங்க அமைதியா இருந்தா என்னால எதுவும் சொல்லமுடியாது.”

“எனக்கு நேத்து இருந்ததுக்கு இன்னைக்கு கொஞ்சம் பெட்டரா இருக்கு. ஆனா, என்ன சுத்தி நடக்கிறது எதுவுமே எனக்குப் புடிக்கல. ஏன் எல்லாம் இப்படி இருக்காங்க? ஏமாத்துறாங்க, பொய் சொல்றாங்க, எதுக்கு இப்படிலாம் இருக்காங்க? நேத்துக்கூட ஜோடிஜோடியா அதெல்லாம் பார்க்கவே கடுப்பா இருக்கு. ஆனா, நான்தான் அப்படி நெனைக்கிறன்னு சொல்றப்ப, எனக்கு என்னமோ நான்தான் தப்பா இருக்கனோன்னு தோணுது. எனக்குதான் இதெல்லாம் புரியலையோன்னு தோணுது” மனதுக்குள் இருந்த பல அனுபவங்களை மென்று முழுங்கி, இதைக்கேட்டால் இதுகூடத் தெரியவில்லை என்று நம்மை கேவலமாக நினைத்துவிடுவானோ என்று தயங்கித்தயங்கிக் கூறினான்.

அவன் தயங்கியதைப் புரிந்துகொண்ட ராம், அவனிடம் பேச்சைத் தொடங்கவேண்டும் என்று, “லவ் பண்றீங்களா?” என்று கேட்டான்.

“ஆமா.”

“ஓகே.”

"... ... ..."

"இங்க பாருங்க, யாரும் இங்க தப்புக் கெடையாது..."

"யாரும் இங்க சரியும் கெடையாது. இதுலாம் எனக்கும் தெரியும். பாஸிட்டிவ்வா இருக்கணும். அதுலாம் ஓகே. ஆனா என்னது இதுலாம் எதுக்குன்னுதான் தெரியல."

"பொறுமையா இருங்க."

"முடியல" என்றான் உடனுக்குடன்.

அவனின் பாதிப்பு அவனது அவசரத்தில் ராமுக்குப் புரிந்தது. "முடியும். ஜூஸ் ஏதாவது குடிக்கிறீங்களா?"

"இல்ல வேண்டாம்"

"சரி, ஓகே." என்று ராம் கூறியதும் ஏதோ சிந்தித்துக் கொண்டிருந்தவன்,

"ஏன் இந்தப் பொண்ணுங்க எல்லாம் இப்படி இருக்காங்க? கொஞ்சம்கூட எதையும் யோசிக்கமாட்டாங்களா? அறிவே கெடையாதா?"

"யாருக்கு?"

"பொண்ணுங்களுக்குத்தான்."

ராம் சிரித்தான்.

"ஏன் சிரிக்கிறீங்க?"

"... ... ..."

"சொல்றதையே கேக்கமாட்றாங்க. தனக்குதான் எல்லாம் தெரியும்னு பேசிட்டு இருக்காங்க, அவங்களுக்குப் புரியுமா புரியாதா?"

"நா ஒன்னு கேக்குறன்..."

"ம்... கேளுங்க."

"உங்களப் படைச்சது யாரு?"

"கடவுள்?"

ராம் அவனைப் பார்த்தான்.

"... ... ..."

“நம்ம எல்லாரையும், எல்லாரையும்னா உங்கள, என்னய எல்லாம் படைச்சது யாரு?”

அவன் விழித்தான்.

“நம்மள உருவாக்குனது யாரு?”

“அம்மா அப்பா”

“அப்பாவ உருவாக்குனது இன்னொரு அம்மாதான?”

“ஆம்” என்றவனின் விழிகள் விரிந்தன.

“அப்போ, நம்மள எல்லாம் உருவாக்குனது பொண்ணுதான? ஆணை உருவாக்குனது பெண்தான?”

“… … …”

“நம்மள உருவாக்குனதே அவங்கதான்னா, நம்ம புத்திசாலியா, அவங்க புத்திசாலியா?”

“… … …”

“சொல்லுங்க”

“அவங்கதான்.”

“இல்லாதத சொல்றாங்க. புரிஞ்சிக்கவே மாட்றாங்கன்னு சொல்றீங்கள்ல, அது எதுக்குத் தெரியுமா?”

‘தெரியாது’ என்று மண்டையை ஆட்டினான்.

“ஆண் அப்படின்றவன், அதாவது ஒரு பையன பெண் உருவாக்குனதே அவளுக்கு வேல செய்யத்தான். இங்க ஆம்பளங்ற நாம எல்லாருமே வேலைக்காரன்தான். நமக்கு எல்லாம் முதலாளி பொண்ணுதான்.”

“அது எப்படிங்க?”

“இல்லாதத சொல்றாங்க, கேக்குறாங்கன்னு சொல்றீங்கள்ல, அது ஏன்னா, ஒவ்வொரு பொண்ணுக்கும் தன்னோட வாழ்க்கைய, தன்னோட குழந்தைய எப்படியெப்படி வளக்கணும்னு ஆச இருக்கும். அதுக்கு என்னென்ன தேவயோ அத உருவாக்க அவங்க மனசு கிடந்து அடிச்சிக்கும். அத உருவாக்கித்தர ஒரு வேலக்காரன் வேணும். அதுக்கு நீங்க தகுதியானவனா இருக்கீங்களான்னு செக் பண்ணுவாங்க. அதுலதான் நீங்க சொல்லிட்டு இருக்குறதுலாம். அது

உங்களுக்குப் புரியாம இருக்கப்போ, நீங்க இப்படியெல்லாம் பேசுவீங்க. இத வச்சிதான் சந்தேகமும் வரும்.”

“எப்படி?” என்று அவன் கேட்டதும், அவனின் அனுபவங்கள் ராம்க்குப் புரிந்தது.

“அவங்க கேக்குறத நம்மளால செஞ்சித்தர முடியாதுன்னு தோணும்போது, அவங்க வேற யாருகிட்டயாவது சாதாரணமா பேசுனாக்கூட, நம்மளால முடியாதத அவன் செஞ்சிடுவானோன்னு பயத்துல அவங்க மேல சந்தேகம் வந்து கோபம் வரும்.”

“சந்தேகம் வராம இருக்க என்ன பண்ணனும்?”

“நோக்கம் இருக்கணும், ரெண்டுபேருக்கும். நோக்கம் இல்லாம கல்யாணம் பண்ணி குழந்த வந்ததுக்கு அப்பறம் என்ன பண்ணப்போறோம்னு யோசிக்கிறது முட்டாள்தனம். முன்னாடியே யோசிச்சிட்டா நீங்க சொல்ற சில்லற பிரச்சனை எல்லாம் இருக்காது. ஏன்னா, நோக்கத்த நிறைவேத்தணும் அது ஒன்னுதான் உங்கப் பிரச்சன. அப்போ அதுக்காக நீங்க ஓட ஆரம்பிப்பிங்க, அப்போ உங்களுக்குத் தேவையானது மட்டுந்தான் உங்களத் தேடிட்டு வரும். மத்ததுலாம் தெறிச்சி ஓடிடும்.”

“நோக்கம்னா எந்த மாதிரி?”

“நோக்கத்துல உங்களுக்கும் பயன் இருக்கணும், மத்தவங்களுக்கும் பயன் இருக்கணும். கமல் சார் சொன்னதேதான் ‘வாழ்க்கைல முற்றுப்புள்ளி வைக்கும்போது அதுக்கு ஒரு அர்த்தம் இருக்கணும்.’”

“... ... ...”

“என்னைக்கோ நம்ம அம்மா அப்பா கஷ்டப்பட்டு உழைச்சி சேர்த்து வச்சதுலதான் இன்னைக்கு நாம நிம்மதியா உக்காந்து சாப்ட்டுட்டு இருக்கோம். என்னைக்கோ யாரோ வச்ச மரம்தான் இன்னைக்கும் நம்மள வாழவைக்குது. நாமளும் அதுமாதிரி எதாவது பண்ணலாமே.”

“குடும்பத்துலயே ஆயிரம் பிரச்சன இருக்கு. இதுல மத்தவங்களுக்குலாம் எங்கேந்து செய்றது?”

“சொந்தக்காரங்களுக்கே செய்ங்க.”

ராம் கூறியதைக் கேட்டு அவன் சிரித்தான். சிரித்துவிட்டு, “சொந்தமே வேண்டாம்னு சொல்லிட்டு இருக்கன். அவங்களுக்குச்

செய்யச் சொல்றீங்க? சொந்தக்காரங்க எதுக்குங்க நமக்கு? நமக்கு அவங்க என்ன செஞ்சாங்க? நாம எதாவது செஞ்சா குறுக்க வந்து நிப்பாங்க? அதுக்கு எதுக்கு அவங்க?"

ராம் மெல்ல சிரித்து, "நெறைய படம் பாத்துட்டுப் பேசுறீங்களா?" என்று கேட்டான்.

"எல்லார் வீட்லயும் அப்படித்தான இருக்கு. நா இல்லாதத ஒன்னும் சொல்லலயே?"

"என்ன இருக்கு? எதாவது ஒரு விசயம் உருப்படியா சொல்லுங்க பாப்போம்?"

"… … …" அமைதியாக யோசித்துவிட்டு, மீண்டும், "அவங்க எதுக்குங்க நமக்கு?" என்றான்.

"குடும்பம்ங்றது ஒரு கட்டமைப்பு. என்னைக்கோ நமக்கு அவங்க உதவி இருப்பாங்க, அவங்களுக்கு நாம உதவி இருப்போம். இப்போ காசுதான் எல்லாம்னு வந்ததும், யாருக்கும் யாரும் தேவ இல்லாமப் போகுது. காசு குடுத்தா குழந்த வளக்கக்கூட ஆள் கிடைக்குது. அப்படி இருக்கப்ப உங்களுக்குச் சொந்தம் தேவ இல்லன்னுதான் தோணும். ஒவ்வொரு உறவுக்குப் பின்னாடியும் ஒவ்வொரு கத இருக்கு. அந்தக் கத எல்லாமே நமக்குத் தெரியிறது இல்ல. பணத்த தேவைக்கு மீறியும் சேத்துக்க முடியுங்றதுனாலதான் சொந்தத்துல நீங்க சொல்ற பிரச்சனை எல்லாம். முன்னாடி பணமும் கிடையாது ஒன்னும் கிடையாது. எல்லாமே பொருள்தான். அதக் கொடுத்துதான் ஆகணும். அப்போ உறவுன்னா என்ன, உண்மைன்னா என்னன்னு உங்களுக்குத் தெரிஞ்சிருக்கும்."

"வீணா போற பொருள யார்ட்டயாவது கொடுத்துத்தான ஆகணும். இதுல என்ன?"

"கரெக்ட்தான். ஆனா யார்ட்ட கொடுக்கணும்னு அவங்கதான முடிவு பண்ணனும்."

"… … …" பலவற்றைத் தவறாகப் புரிந்துகொண்டதை, அவனது கண்களில் இருந்து கவலை தெரிவித்தது.

"எந்தவொரு விஷயத்துக்குமே கஷ்டமா இருக்குன்னா நமக்கு அறிவு வளருதுன்னு அர்த்தம். கஷ்டம்னா இப்போ நீங்க லவ் பண்றீங்க. எனக்குத் தெரிஞ்சி நீங்க, அவங்கள ரொம்பநாள் மீட் பண்ணலன்னு நெனைக்கிறன். அப்படி இருக்கப்ப, இங்க நீங்க சொன்னதுலாம் பாக்குறப்ப, நீங்க பாக்குற விஷயத்துல, அது நானா

இருந்திருந்தா, அது எனக்கு நடந்திருந்தா என்ன பண்ணி இருப்பன்னு கற்பனையிலேயே பாத்து இருக்கீங்க. அப்படிப் பாத்துப் பாத்து, அதெல்லாம் நாம இன்னும் பண்ணலையே பண்ண முடியலையேன்னு ஒரு ஏக்கம், பொறாமைல உங்களுக்கு இப்படியெல்லாம் தோணுது. கவலப்படாதீங்க எதுக்கும், நல்லதுதான் நடக்கும்."

"இதுதான் அவங்களும் சொன்னாங்க."

"இதுதான் உண்மே."

"இதுல எப்படி அறிவு வளருது?"

"இதெல்லாம் ஏத்துக்க முடியாம குழப்பத்துல பதில் தேடித்தான என்கிட்ட வந்து பேசிட்டு இருக்கிங்க. அப்போ என் அறிவ உங்களுக்குக் குடுக்குறன். அதுல ஒன்னுத்துக்காவது உங்களுக்குப் பதில் கிடைக்கும்போது உங்க அறிவு வளருதுதான?"

"ம்ம்ம், ஆனா..." என்று தயங்கினான்.

"சொல்லுங்க"

"இதக் கேக்கலாம தெரியலயே?"

"உங்களுக்கு என்ன தோணுதோ கேளுங்க."

"ம், நெறையபேர் ஏமாத்துறாங்களே அப்படியெல்லாம் நடக்குதே அதுலாம்..?"

"நீங்க எதுல சொல்றீங்க?"

"பொண்ணுங்க, பசங்க எல்லாம்" என்று அவன் கேட்டதும், ராம் மனதுக்குள், இவனுக்கு நாம் நிறைய கூறவேண்டும் என்பதை உணர்ந்தான்.

"யாரும் யாரையும் ஏமாத்த முடியாது. அவன் ஏமாத்துறானா இல்லையான்னு தெரிஞ்சிக்குற கேப்ல பழகுற டைம்மதான் நீங்க இப்படிச் சொல்றீங்க. அதுல ஏமாறுற பொண்ணும் இருக்கு, பையனும் இருக்கு. அவன் இல்ல அவ, ஒரு விசயத்துல ஏமாத்திட்டாங்கன்னு தெரிஞ்சும் வெளிய வரலன்னாதான் சிக்கல்."

"ம்ம்ம்."

"ஒரு விஷயத்த ஞாபகம் வச்சுக்கோங்க. ஒரு பையனால ஒரு பொண்ண முழுசா கண்ட்ரோல் பண்ண முடியாது. அப்படிப்

பண்ணிட்டா அந்தப் பொண்ணவிட்டு வெளில வரமுடியாது. அவளாலயும் வெளில வரமுடியாது.”

“கண்ட்ரோல்னா, சொன்னத கேட்டே ஆகணுங்ற மாதிரியா?”

“இவங்களுக்காக கேக்கலாம்ங்ற மாதிரி, பாசப் பிணைப்பு. அதுதான் கண்ட்ரோல்.”

“ம்ம்ம், ஆனா டௌட் வந்தா?”

“நம்பிக்கை இருந்தாதான் சந்தேகம் வரும்.”

“அது ஏன் வருது?”

“ஏமாந்துடக் கூடாதுன்னுதான்.”

“பொண்ணுக்கும் வருமா?”

“ஏமாந்துடக்கூடாதுன்னு நெனைக்கிறது புத்திசாலித்தனம். இந்த உலகத்துல உள்ள உயிரினங்கள்ள எல்லாத்துலயும் புத்திசாலியா இருக்கிறது பொண்ணுதான். பொண்ணுதான் உள்ளதுலேயே அதிபுத்திசாலியான விலங்கு. அப்போ அவங்களுக்கு வருமா வராதா?”

“அப்படியா?!”

“... ... ...” ராம் அவனை அமைதியாகப் பார்த்தான்.

“எனக்கு இதெல்லாம் எதுவுமே தெரியாதுங்க. எனக்கு எல்லாமே பிரச்சனையா இருக்கு. ஏன் பொறந்தோம்? ஏன் இதுலாம்? இது எதுவுமே தெரியாது.”

“ஏன் பொறந்தோம்னு யோசிக்கவே உங்களுக்கு நெறைய தெரிஞ்சிருக்கணும். அப்படி நீங்க யோசிச்சி இருக்கீங்கனாலே உங்களுக்கு ஏன் பொறந்தோம்னு தெரிஞ்சுடும். அதக் கண்டுபிடிக்க நெறைய கஷ்டம் வரும். அப்படி வந்து அதுக்கப்புறம் நாம ஒரு டார்கெட் வைப்போம். அப்ப புரிஞ்சிடும். அப்படி எதுவுமே இல்லன்னா நீங்க இன்னும் கண்டுபிடிக்கலன்னு அர்த்தம். உலகத்துல பொறக்குற ஒவ்வொரு உயிருக்கும் ஒவ்வொரு காரணம் இருக்கு. காரணத்தக் கண்டுபிடிக்க வச்சு செயல்படுத்தத்தான் வாழ்க்க. ஆனா, இப்படியெல்லாம் ஏன் பண்ணனும்? எதுக்குப் பண்ணனும்? ஒருவேல மனுஷனா பொறந்ததுனாலயான்னு தெரியல...” என்றுகூறியவன், “அதவிடுங்க” என்றான்.

“அது ஏன் மனுசனுக்கு மட்டும்?” என்று கேட்டவனை மேசையைப் பார்த்துவிட்டு நிமிர்ந்து பார்த்தான்.

"மிருகத்துக்கும் இருக்கு. மனுசனும் மிருகம்தான?"

"ஆனாலும்..." என்று அடுத்தக் கேள்வியோடு வந்தவனை,

"மனுசனுக்கும் மிருகத்துக்கும் என்ன வித்தியாசம்?" என்று கேட்டான்.

"நமக்கு ஆறாவதா ஒரு அறிவு இருக்கு. பகுத்தறிவு. நல்லது எது கெட்டது எதுன்னு தெரிஞ்சுக்க. மிருகத்துக்கு அது கெடையாது." என்றான்.

"அப்படியா!" என்று புன்னகை கலந்த ஆச்சரியத்துடன் கேட்டான்.

"ஆமா"

"சரி, சென்னை இருக்குல..."

"ஆமாம்" என்றுகூறி தலையசைத்தான்.

"சென்னைக்கு, அதாவது சென்னை மாவட்டத்தில ஒரு மாசம் கரண்ட் கெடையாது. அதேமாதிரி வெளிமாவட்டத்துலேந்து எந்தப் பொருளும் உள்ள வராது. யாரும் வெளியிலயும் போகமுடியாதுன்னு வச்சுப்போம். அப்போ சென்னைல உள்ளவங்க எத்தன நாள் உயிரோட இருப்பாங்க?"

"ம்ம்ம்..? இரண்டு வாரம்?"

"பகுத்தறிவு படைச்ச நாய்தான நாம எல்லாம். நீங்க சொல்றபடி பாத்தா, அடைச்சாலும் என்ன பண்ணாலும் சாகக்கூடாதுல? அப்பறம் எப்படி இரண்டு வாரம்னு சொல்றீங்க? அப்போ நமக்கு அறிவு இருக்கா? அதுவும் பகுத்தறிவு?"

"... ... ..." பார்வையை உருட்டினான்.

"சென்னையின்னு இல்ல பாதி ஊர்ல கரண்ட் இல்லன்னா இரண்டு வாரம்னு சொல்றதுன்னு வேணும்னா மாறலாம், இரண்டு மாசம், மூனு மாசம்னு எந்த ஊர்லயும் நீங்க சொல்றமாதிரி பகுத்தறிவு படைச்ச மனுசன் கிடையாது. அங்கயும் இதே கதிதான். இந்த உலகம் அழிவ நோக்கிப் போகுதுன்னா அதுக்கு இரண்டே காரணம்தான். ஒன்னு கரண்ட் இன்னொன்னு கரன்சி."

"இதெல்லாம் இல்லாம எப்படித்தான் வாழ்றது?"

"இதெல்லாம் வச்சுக்கிட்டுத்தான் முன்னாடி வாழ்ந்தோமா?"

"மனுசன் நாகரிகத்துல வளர்ந்து போயிட்டேதான இருப்பான். நாம வளர்ந்துதான இருக்கோம். காட்டுல வாழ்ந்தோம் இப்போ

கட்டடத்துல வாழ்றோம். அப்போ அடிச்சிக்கிட்டு செத்தோம். இப்போ அதெல்லாம் குறைஞ்சி இருக்குதான. அப்படிப் பாத்தா இது வளர்ச்சிதான. இதெல்லாம் அடிச்சுக்காம வாழத்தான கொண்டுவந்தது. அப்படிப் பாக்குறப்ப இது நல்லதுக்குதான. மனித நாகரிகம் வளர்ந்து இருக்குன்னுதான அர்த்தம்" என்று கூறுகையில் இரண்டு பெண்கள் வண்ணமிகு ஆடை அணிந்து அவர்களைப் பார்த்தவாறே கடந்துசென்றனர்.

"வாவ், கிரேட். வளர்ந்து இருக்கா?" என்று சத்தமாகக் கேட்டான்.

"... ... ..."

"எத வச்சிக்கிட்டு நீங்க வளர்ந்து இருக்குன்னு சொல்றீங்கன்னுதான் புரியல? நா முன்னாடி கேட்ட கேள்விதான் இதுக்கும். ஒரு மாசம் நம்மளால தாக்குப் பிடிக்கமுடியாது. அப்படி இருக்கப்ப இது எப்படி வளர்ச்சின்னு சொல்றீங்க?"

"அப்படியெல்லாம் எப்படி நடக்கும்? கரண்ட் இல்லாம எப்படிப் போகும். சூரிய ஒளி மின்சாரம் எல்லாம் இருக்குல. அப்படி இருக்கப்ப நீங்க சொல்றது பாசிபிளே இல்ல. அப்படியே அதுமாதிரி வரப்போகுதுன்னு தெரிஞ்சாலும் நாம அடுத்தகட்ட நகர்வப் பத்திதான யோசிப்போம்."

புருவங்களை உயர்த்தினான் ராம். "கரெக்ட். நீங்க எவ்ளோ சம்பாதிக்கிறீங்க?"

"50,000. வீட்டுக்கு இருபதாயிரம் குடுப்பன்."

"ஏன் அதுக்குமேல சம்பாதிக்கல?"

"அடுத்தடுத்து இனிமேதான் பாக்கணும். சேர்ந்து ஒன்ற வருஷந்தான ஆகுது. இனிதான் வேற கம்பெனி பாக்கணும்."

"ஏன் அதுக்குமேல சம்பாதிக்கணும்? ஐம்பதாயிரத்துல முப்பதாயிரம் செலவாயிடுது. இருபதாயிரம் மிச்சம்தான?"

"ஆமா"

"அப்பறம் ஏன் இன்னும் சம்பாதிக்கணும் நினைக்கிறீங்க?"

"... ... ..." கண்ணகி கூறியதை அவன்கூற வரும்முன், ராம் தொடர்ந்தான்,

"கரண்ட் இல்லாம போகாதுன்னு சொன்னீங்க. அப்படியே போறமாதிரி இருந்தாலும், வேற ஒன்னதான் கண்டுபிடிச்சிடலாம்

இல்லயா? ஆனா, ஒரு பொருளோட விலை உயருரத உங்களால ஒன்னும் பண்ணமுடியாதுதான? நீங்கதான் உற்பத்தியே பண்ணலயே. உங்க வளர்ச்சிங்கறது கட்டமும் கம்ப்யூட்டரும்தான?"

"விலைவாசி உயரும்தான். அத என்ன பண்றதுன்னு தெரியல."

"ஹா... ஹா... தெரியலயா? சரி அதவிடுங்க" என்று சிரித்தவன், "இன்ஃப்லேஷன்ங்ற கான்சஃப்ட் தெரியும்தான?"

"கொஞ்சம் தெரியும். ஆனா, என்னன்னு தெரியாது" என்று தன் அறியாமையை ஒப்புக்கொள்ளத் தயங்கி, சற்றே தெரிந்ததாக தனக்குத் தெரியாததை தெரிவித்தான்.

"அன்னைக்கு நூறு ரூபாய்க்குத் தங்கம் வாங்க முடியும்தான?"

"ஆமா."

"அதே நூறு ரூபாய்க்கு இன்னைக்கு வாங்கமுடியாது."

"ஆமா."

"இதுதான் இன்ஃப்லேஷன் (*Inflation*). அதாவது உற்பத்திக் குறையக்குறைய பொருளோட விலை ஏறும். பணத்தோட மதிப்புக் குறையும். நேத்து என்கிட்ட பத்து ரூபா இருந்தது. இன்னைக்கும் என்கிட்ட பத்து ரூபா இருக்கு, நேத்து ஒரு கிலோ தக்காளி எட்டு ரூபா, இன்னைக்கு எண்பது ரூபான்னா வாங்கமுடியுமா?"

"முடியாது."

"அப்போ உற்பத்திக் குறையுது. மண்ணையும் நோண்டி அதுல உள்ள வளத்த எல்லாம் வச்சி நீங்க கரண்ட், கம்ப்யூட்டர்ன்னு செஞ்சி அதுல எவன் எவன்லாம் சிறப்பா செய்றான்னோ அவன மட்டும் வாழவைக்கிறதுதான பணம் செய்யிற வேல. உற்பத்திக் கொறையுறதுனாலதான் அரைகிலோக்கு அஞ்சு தக்காளி வரவேண்டிய இடத்துல, அரை கிலோக்கு ஒரே தக்காளி வருது. ஆறு மாசம் விளைய வைக்கவேண்டிய பயிறு எல்லாம் மூணு மாசம்னு மரபணுவ மாத்தி விக்கிறாங்க."

"சரி அப்படியே வச்சுப்போம். உற்பத்திக் கொறையுது கொறையுதுன்னு சொல்றீங்கள்ல அப்ப நீங்களும் ஏன் இங்க வந்து இருக்கீங்க. உற்பத்திச் செய்யவேண்டியதுதான" என்று அவன் கேட்டதும் ராம்க்கு கண்கள் சிவந்தாலும், ஒரு பக்கம் புன்னகையும் வந்தது.

“நா அப்படித்தான் இருந்தன். என்னய படிக்க வா வான்னு கூப்ட்டு, வயல்ல வேல செய்ய விடாம இப்படித்தான் இருக்கணும். அப்படித்தான் இருக்கணும், இதுலலாம் கஷ்டப்படாம காசு வரும்னு சொல்லி என்ன பழக்கப்படுத்தினது நானா நீங்களா? நீங்கன்னா நீங்க இல்ல, என்ன யாரெல்லாம் படிக்கணும்னு சொல்லிச்சொல்லி வர வச்சாங்களோ அவங்கள கேக்கறன். இப்போ பணம் சம்பாதிக்கலன்னா என்ன ஆகும்னா, பணம் சம்பாரிச்சு சொத்து சேத்து வச்சிருக்கவன் மேலமேலன்னு போயி, எந்தப் பொருளா இருந்தாலும் ஈஸியா வாங்கிடுவான். அப்போ பணம் சம்பாதிக்காம இருக்குறவன், பணக்காரனுக்கு அடிமையாகிடுவான். அவன், இவன வச்சி அவனுக்குத் தேவயானத உற்பத்திப் பண்ணிக்குவான். அப்போ பணம் சம்பாதிக்காம உற்பத்தி மட்டும் செஞ்சி எந்தப் பிரயோஜனமும் இல்ல. இதுல உற்பத்தி செய்யிற நா எதுக்கு எதுவுமே செய்யாதவன்கிட்ட அடிமையா இருக்கணும். ரெண்டையும் நானே பண்ணிக்குறன். உற்பத்தியும் நா பண்ணிக்குறன். விற்பனையும் நா பண்ணிக்குறன். அதுக்காகத்தான் நா இங்க வந்தன்” என்று ராம் கூறியதைக் கேட்டு வியந்தவன்,

“படிப்பு இல்லன்னா எப்படி அறிவு வரும் வளரும். எல்லாரும் படிக்கணும்தான? நீங்களும் படிச்சுதான இந்த அறிவு உங்களுக்கு வந்தது?”

“அப்படியா?”

“ஆமா, வேற எப்படி?”

“சரி, நீங்க புத்திசாலியா உங்க அப்பா புத்திசாலியா?”

யோசிக்காமல், “அப்பா” என்றான்.

“அப்பா, புத்திசாலியா அவங்க அப்பா புத்திசாலியா?”

“தாத்தாதான்.”

“நம்ம புத்திசாலியா நம்ம முன்னோர்கள் புத்திசாலியா?”

“முன்னோர்கள்தான்.”

“அவங்களாம் நாம படிச்ச எதையாவது படிச்சி இருக்காங்களா?”

“... ... ...”

“புத்திசாலித்தனங்கறது காலத்தோட சூழலப் புரிஞ்சுகிட்டு நாளைக்கு என்னன்னு தெரிஞ்சி செயல்படுறதுதான்.”

“ம்ம்ம்”

“முன்னாடி இருந்தவங்களோட காலம் இயற்கையோட ஒன்றி இயற்கையோட வாழ்ந்தாங்க. அதுல புத்திசாலித்தனமா செயல்பட்டுத்தான் பத்து அடில தண்ணிலாம் வந்தது.”

“... ... ...”

“இப்போ பத்தாயிரம் அடில பைப் போட்டு உறியிறதுதான் புத்திசாலித்தனம். இதுக்குதான் படிக்கணுமா?”

“... ... ...”

“வாழ்க்கையே மறந்தாச்சு. நா அப்படி வாழணும், இப்படி வாழணும் அதுதான் என் கனவு. இதுதான் என் லட்சியம்னு இருக்காங்க. ஆனா எதவச்சிட்டு வாழ்றது? பணத்தையா?”

“... ... ...”

“கமல் சார் சொன்னதுதான். ‘நாம வாழணும்தான். ஆனா பிறருக்குப் பயனுள்ள வாழ்க்கையா வாழ்ந்துட்டுப் போகணும்.’ இங்க நம்மள நம்பி ஒரு புழுப் பூச்சிக்கூட வாழ முடியலயே. இது என்ன மாதிரியான வாழ்க்க. எதப்பத்தியும் கவல கிடையாது. ‘தான்’ அப்படிங்ற நெனப்புல சுயநலமா வாழத்தான் கத்துக்கொடுக்குறாங்க.”

“எப்படித்தான் வாழ்றது?”

“நா, இந்தத் தப்பெல்லாம் பண்ணிட்டு இருக்கோம்னு சொல்றன். நாம ஏதாவது ஒரு தப்பு செஞ்சா அத சரி செஞ்சிடலாம். எல்லாமேன்னா எப்படிச் சரி செய்யிறது?”

“அப்போ உங்களுக்கும் பதில் தெரியாதுதான. பிரச்சனய யார் வேணும்னாலும் சொல்லலாம். எனக்கும்தான் ஆயிரம் பிரச்சன இருக்கு. பதில்தான் இல்ல இதெல்லாம் ஏன் ஏன்னு?”

“இப்படிப் பிரச்சன வரதுக்குக் காரணமே இத நாம பண்ணாம வாழ்றதுதான். அதத்தான் சொல்றன். நீங்க கிளைய பாத்துட்டு ஒரு குடம் தண்ணி ஊத்தி உங்க கடம முடிஞ்சிட்டுன்னு யோசிக்கிறீங்க. நா, அதோட வேருக்கு எப்பவும் தண்ணி கிடைக்கிற மாதிரி ஒரு குளம் வெட்டப் பாக்குறன். அந்தக் குளத்துல மீன்விடப் பாக்குறன். அதுல நீந்தப் பாக்குறன். வாழப் பாக்குறன். நிம்மதியா, சந்தோசமா... கட்டடத்துக்குள்ள அடஞ்சி இதுதான் வாழ்க்கன்னு நம்பி நம்பி நொந்து சாக விரும்பல...” என்று ராம் கூறிக்கொண்டிருக்கையில் அவன் அலட்சியப் பார்வையுடன் மெல்ல சிரித்ததைக் கவனித்த ராம், “அப்படியெல்லாம் இருக்கமுடியாமத்தான் இங்க வந்து இருக்கன்” என்றுகூறி அமைதியானான்.

“ஏன் இருக்க முடியாது. சம்பாதிச்சிட்டு ஊர்ல நீங்க சொன்னமாதிரி நிம்மதியா இருக்கலாம்ல.”

“நான் இருந்துடுவன். எனக்கு அப்பறம்? அதுக்கு அப்பறம்? அதுமாதிரி எங்கப்பா நெனச்சிருந்தா? எங்க அம்மா நெனைச்சிருந்தா? ஏதோ ஒரு இடத்துல பழம் பழுக்கிற வர காத்திருக்கிற ஒருத்தன் நெனச்சிருந்தா? நாம எல்லாம் நாய் கிடையாதுல. நம்மளோட தேவைய மட்டும் பாத்துட்டுப் போறதுக்கு. நாய்தான் இந்த நொடி என் தேவ அது மட்டுந்தான்னு பாக்கும். நா நாயில்ல” என்று ராம் உணர்ச்சியோடு கூறுகையில் அவனது மனதில், அவனது அனுபவங்கள் ஓடிக்கொண்டிருந்தன.

“நாய் நன்றி உள்ளதுதான?”

“யார் சொன்னா?” என்று ராம் கேட்டதும் அவன் விழித்தான்.

“நாய்தான் நன்றியோட இருக்கும்.”

“நாய்க்கு நன்றியே கெடையாது. அதுக்குத் தேவ மட்டுந்தான். நன்றியோட இருக்கு அப்படின்னா ஒருத்தவங்ககிட்டதான சாப்பிடணும். கிடைக்குற இடத்துல எல்லாம் சாப்பிடலாமா? நீங்க நாய் வளர்க்குறீங்களா?”

“ஆமா”

“அதுக்கு ஒரு பத்து நாள் நீங்க சோறு போடாதீங்க. வேற யாரையாவது போடச்சொல்லுங்க. வரப்ப போறப்ப வாலாட்டுறப்பயும் எதும் போடாதீங்க. அதுக்கப்பறம் அது எங்க நன்றியோடு இருக்குன்னு பார்ப்போம்.”

“இது என்ன? யார் சாப்பாடு போடுறாங்களோ அவங்கக்கிட்டதானே நன்றியோட இருக்கமுடியும்.”

“சாப்பாடு போடுறப்பயும் மத்தவங்ககிட்ட வாங்கிச் சாப்பிடுறத என்னன்னு சொல்லுவீங்க? நன்றின்னா? யார் சாப்பாடு போட்டாலும் எங்கக் கிடைச்சாலும் சாப்பிடுறதுக்குப் பேரு நன்றி கெடையாது, தேவ. நாய் தன்னோட தேவைய மட்டுந்தான் பாக்கும். அதேமாதிரி அதிகம் வேட்டையாடி சாப்பிடாது. பிச்சை எடுத்துத்தான் சாப்பிடும். பிச்சை எடுக்குறதுக்காக எல்லாம் பண்ணும்.”

“இது என்ன? ஏன் நாய இப்படியெல்லாம் சொல்றீங்க? அப்படியெல்லாம் கெடையாது.”

“மனுஷனுக்கும் விலங்குக்கும் உள்ள வித்தியாசம் என்ன தெரியுமா?”

“பகுத்தறிவு. அதத்தான் இல்லன்னு சொல்லிட்டீங்களே.”

“வேற ஏதாவது?”

“சிந்தனை.”

“அப்படியா... ஏதாவது ஒரு அனிமல அடிக்கப்போனா அது என்ன பண்ணும்?”

“என்ன பண்ணும்? ஓடும். இல்ல கடிக்க வரும்.”

“அப்போ அடிக்க வராங்கன்னு அதுக்கு எப்படித் தெரியும்?”

“சிந்தனை.”

“... ... ...” தோள்களை உயர்த்தி இறக்கினான் ராம்.

“எனக்குத் தெரியல”

“நமக்கும் விலங்குக்கும் உள்ள ஒரே வித்தியாசம் உணர்ச்சிதான். ஃபீலிங்ஸ். வேற எதுவும் கெடையாது.”

“லவ்வா?”

“லவ்வும் ஒரு ஃபீலிங்.”

“நாய்க்கு லவ் இல்லன்னு சொல்றீங்களா?”

“ஆமா”

“எப்படி?”

“நீங்க வளக்குற நாய், பக்கத்து வீட்டிலயும் சாப்ட்டு விளையாண்டா உங்களுக்கு வலிக்குமா?”

“இல்ல”

“அதேமாதிரி யார்கிட்டயும் உடனே வாலாட்டி நின்னா வலிக்குமா?”

“இல்ல, வலிக்காது.”

“இதே விஷயத்த உங்களுக்குப் பிடிச்சவங்க பண்ணா?”

“புடிச்சவங்கன்னா?”

“உங்க லவ்வர்” என்று ராம் கூறியதும் அவனுக்குக் கண்கள் சிவந்து மனம் பதைபதைத்துக் கைகள் இறுகியது.

“நீங்க ரொம்ப ஓவரா பேசிட்டு இருக்கீங்க. உங்களுக்கு அவ்வளவுதான் மரியாத. பார்த்துப் பேசுங்க...” என்று தவித்தனிடம்,

“இதுதான் உணர்ச்சி.”

“... ... ...”

“இதுதான் நமக்கும் விலங்குக்கும் உள்ள வித்தியாசம். நாய்க்குப் பற்றுக் கிடையாது. நமக்கு உண்டு.”

“பற்றற்று இருங்கன்னு சொல்லுவாங்களே?”

“முடிஞ்சா இருங்க” ராம் குரலில் அழுத்தம் தெரிந்தது.

“நாய்கிட்ட விலகி இருக்கணும்னு சொல்றீங்களா?”

“நாய் ஒரு விலங்கு அது அதோட தேவயத்தான் நிறைவேத்திக்கும். அதோட தேவ சோறு மட்டுந்தான். அதுனால நமக்குப் பிரச்சன இல்ல. ஆனா, நாய் மாதிரி இருக்கிற மனுசங்ககிட்ட விலகி இருக்கணும்.”

“எல்லாருமே அவங்க தேவயத்தான நிறைவேத்திப்பாங்க. நாய்ன்னு இல்ல மத்த விலங்கும் அப்படித்தான?”

“எல்லா விலங்குமே தன்னோட தேவயத்தான் நிறைவேத்திக்கும். மனுசன் உட்பட. ஆனா, எல்லா விலங்கும் பிச்ச எடுக்காது. எல்லா மனுசனும் பிச்ச எடுக்கமாட்டான்.”

“புரியல?”

“மனுசன் எதுலேந்து வந்தான்?”

“குரங்குலேந்து”

“குரங்கு எதுலேந்து வந்தது?”

“... ... ...” விழித்தான்.

“குரங்குலேந்து வந்தாந்தான். ஆனா குரங்குலேந்து மட்டும் வரல” என்று கூறியவனைக் குழப்பம் கலந்த ஆச்சரியத்துடன் பார்த்தான்.

•

8

ராமை விநோதமாகப் பார்த்தவன், அவனுக்குப் பின்னால் சென்றுகொண்டிருந்தவர்களைப் பார்த்துவிட்டு, "நீங்க இதுவர சொன்னதுலாம் ஓகே. ஆனா இத எப்படி எடுத்துக்கிறது. நீங்க ஆராய்ச்சிப் பண்ணிங்களா? ஏதாவது ப்ரூஃப் இருக்கா உங்ககிட்ட? நாம எல்லோருமே குரங்குலேந்துதான வந்தோம். நீங்க சொல்றத ஏத்துக்க முடியாது."

"நா இன்னும் சொல்லவே இல்லயே."

"மனுசன் நாயிலேந்தும் வந்தான்னு சொல்லுவீங்களா?"

ராம், "ஆமா" என்றதும் அவன் சிரித்தான்.

"நீங்க சொல்றதுலாம் நல்லாதான் இருக்கு. ஆனா, எல்லாத்தையும் கேக்குறன்னு நீங்களா ஏதாவது சொல்லாதீங்க."

இப்போது ராம் சிரித்தான்.

"நீங்க எதுக்குச் சிரிக்கிறீங்க?"

"ஒரு விசயத்த கேக்காமலயே நீங்களா இதுலாம் நம்பமுடியாது. அது இதுன்னு சொல்றீங்களே. அதான் சிரிப்பு வந்தது."

"இதெல்லாம் எப்படிங்க நம்புறது?"

"நீங்க நம்புங்க நம்பாம போங்க. எனக்கு அதப்பத்தி பிரச்சனயே கிடையாது. ஏதோ ஒரு வகையில நா சொல்றது உங்கள ஒரு இடத்துல காப்பாத்துனா, அப்போ

என் ஞாபகம் உங்களுக்கு வந்தா, அப்போ உங்களுக்குப் புரியும். நீங்க நம்பல, ஏத்துக்கலங்றதுனால, நா பொய் சொல்றன்னோ கதவிடுறன்னோ கிடையாது. அனுபவிக்கும்போது உங்களுக்குப் புரியும். இது என் கடம அவ்வளவுதான்."

"... ... ..." காத்திருந்தான். கூட்டம் அப்போது குறைந்திருந்தது.

"... ... ..." ராம் அமைதியாக இருந்தான்.

"நாய் சாதுதான. அதுதான் மனுசனோட ஈஸியாஃ ஃப்ரண்ட் ஆகக்கூடிய விலங்கே. அது எல்லோர்கிட்டயும் அன்பா இருக்குது. இதுல என்ன தப்பு? யார்கிட்ட சாப்ட்டா என்ன? அது வாழ அப்படிப் பண்ணுது."

"அதேதான். அது வாழ அப்படிப் பண்ணுது. நன்றியும் விசுவாசமும் எல்லோர்கிட்டயும் வராது. அப்படி எல்லார்கிட்டயும் வந்தா அது நடிப்பு. நாய் ஒரு நல்ல ஆர்டிஸ்ட்."

"இல்ல, நீங்க சொல்றது எனக்கு ஒத்துவரல."

"நாய் பிச்ச எடுக்கக்கூடிய விலங்கு. அது எல்லோர்கிட்டயும் வாங்கி சாப்பிடும். யாரா இருந்தாலும் உடனே அடாப்ட் ஆகும். இத ஒத்துக்குறீங்கதான?"

"பிச்சன்னு சொல்றது எனக்குப் புரியல. நாய்ன்னு இல்ல மத்த விலங்கும்தான் யார் கொடுத்தாலும் சாப்டும். நீங்க ஏன் நாய மட்டும் டார்கெட் பண்ணிச் சொல்றீங்க?"

"மத்த விலங்கும் யார் குடுத்தாலும் சாப்பிடும் இல்லன்னு சொல்லல. ஆனா, அது நேரடியா கேக்கும். அதேமாதிரி மறுபடியும் அவங்கள பாத்தா குதிக்காது. குடுத்தா குடு, குடுக்காட்டி போன்னு இருக்கும். தன்ன வளக்குறவங்ககிட்டதான் பாசமா நன்றியா இருக்கும், அவங்ககிட்ட மட்டுந்தான் கேக்கும். வேற யாராயிருந்தாலும் கிட்ட சேக்காது."

"... ... ..."

"நாய்தான் பிச்ச எடுக்கும்."

"ஏன் அதே சொல்றீங்க. அது அதோட குணம். அவ்வளவுதான. இருந்தா கொடுக்கப்போறோம் இல்லன்னா போ போறோம். இதுல என்ன?"

"இருந்தா..?"

"கொடுப்போம்" என்று தடுமாறினான்.

"எக்ஸாக்ட்லி. இருந்தா குடுத்திடுவோம்."

"இது என்ன. ஒரு நாய்க்குக் குடுக்கிறதுல உங்களுக்கு என்ன பிரச்சன?"

"நா நாய்க்குக் குடுக்குறத தப்புன்னு சொல்லல. ஆனா, நாய் மாதிரி உள்ள மனுசனுக்கு நம்மள அறியாம கொடுக்கிறது தப்பு. நாய் மாதிரி வன்முறைய ஊக்குவிக்க இந்த உலகத்துல ஆள் கிடையாது."

"எனக்குப் புரியல."

"நாய் யார் கொடுத்தாலும் சாப்பிடும். ஒத்துக்குறீங்களா?"

"ம்ம்ம். ஆனா..."

"ஒத்துக்குறீங்களா இல்லையா?"

"ஒத்துக்குறேன்."

"அப்போ அது பிச்சதான?"

"இது எப்படிப் பிச்சயாகும்?"

"உடல் உழைப்பே இல்லாம ஒரு பொருள, உணவ வாங்குறது பிச்சையா இல்லையா?"

"பிச்சதான். ஆனா, இதுல என்ன பிரச்சன?"

"கேட்டு வாங்கி சாப்பிட்டா பிரச்சன இல்ல. நம்மள புரிஞ்சிக்கவச்சி நாமளா கொடுக்குறதுதான் பிரச்சன."

"எப்படிச் சொல்றீங்க?"

"நாய் எதையும் கேக்காது. நாமதான் அது இதத்தான் கேக்குதுன்னு புரிஞ்சிக்கிட்டு ஒன்னுஒன்னும் செய்வோம். மத்த விலங்கு எல்லாம் நேரடியா கேக்கும். நாய், நம்மள நம்மளோட கற்பனைக்கு ஏத்த மாதிரி புரிஞ்சிக்கவச்சி நம்மகிட்ட அதோட தேவைய நிறைவேத்திக்கும். இதேதான் நாய் குணம் உள்ள மனுசனுக்கும்."

"எப்படின்னு சொல்லுங்க?"

"நம்மளோட கற்பனையில இப்படி இருந்தா இப்படி, இப்படி இருந்தா இப்படின்னு ஒன்னுஒன்னுத்துக்கும் ஒரு (*Sample*) மாதிரி ஒன்னு வச்சிருப்போம். நாம கற்பனையில எப்படி யோசிப்போம்ங்றத நாய் குணம் நல்லா தெரிஞ்சிவச்சிருக்கும்.

அதுக்கு ஏத்த மாதிரி தன்ன எப்படி மத்தவங்க பார்க்கணும்னு நெனைக்குதோ, அத அவங்க கற்பனையோட ஒத்துப்போகுற அளவுக்கு வெளித்தோற்றத்த உயர்ந்த அளவுல கொடுக்கும். நம்மளோட கற்பனை, யாரோட வெளித்தோற்றத்தப் பார்க்கும்போதும் நம்ம வச்சிருக்குற, மாதிரி வடிவத்தோட உடனே ஒப்பிட்டுப்பார்க்கும். இந்தக் குணம் நம்ம கற்பனைய அப்படியே பிரதிபலிக்கும். அப்படிப் பார்க்கும்போது அது எத நெனச்சி வந்ததோ அந்த நாடகம் அங்க அரங்கேறிட்டு இருக்கும். நாம நெனச்ச மாதிரி எது இருந்தாலும் அது நாடகம். அந்த நாடகத்துல நம்மள அறியாம நாம நடிப்போம்."

'எப்படி?' என்ற கேள்வியோடு விழித்தான்.

"அந்தக் கேரக்டர கவனிக்கும்போது அது என்ன பண்ணாலும் அது நம்ம கற்பனையோட உச்சத்துல இருக்கும். கற்பனைய நாம கவனிக்கும்போது உண்மை ஒளிஞ்சிக்கும். கற்பனையில நாம இருக்கும்போது நம்ம மனசு அது இதுன்னு ஒரு கதையே எழுத ஆரம்பிச்சிருக்கும். அந்த நேரத்துல நம்மகிட்ட அந்தக் கேரக்டர் எது பேசுனாலும் நம்ம மனசு முழுசா அவங்கள நம்பலாம்னு சொல்லும். அப்படி நம்பலாம்னு யோசிக்கும்போது அது என்ன சொன்னாலும் அது நேரடியா நம்ம ஆழ்மனசுக்குள்ள போய்டும். அதுக்கு அப்பறம் அது என்ன செஞ்சாலும் அது நடுநிலையிலேயே இருக்கும்போது நாம தொடர்ந்து முட்டாளாகிட்டே இருப்போம். அதுகிட்ட நாம ஏமாந்துகிட்டு இருக்கோம்னு தெரியவரதுக்குள்ள நம்ம மனசு, நாம அனுபவிக்கவே கூடாதுன்னு நெனைக்கிற வலிய அனுபவிச்சி இருக்கும்."

"... ... ..."

"அடிமுட்டாளா ஒருத்தன் இருந்து அவனோட வெளித்தோற்றம் நம்ம கற்பனைய கவருர மாதிரி இருந்தா அவன புத்திசாலின்னு நம்ம மனசு உடனே நம்பும். உண்மையவிட கற்பனைய நம்ம மனசு உடனே ஏத்துக்கும். இல்லாதத உருவாக்குறதுதான் மனசு செய்யிற வேல. வெளித்தோற்றம் என்பது கற்பனை. செயலும் வார்த்தையும்தான் உண்மையத் தெரியப்படுத்தும். கற்பனையில இருக்கும்போது நாம நம்புனவன் சொல்ற கற்பனை, கட்டுக்கதை எல்லாமே உண்மதான்னு நம்ம மனசு கேள்வியே கேக்காம நம்பும். அப்படி நம்பும்போது அவங்கள உயர்ந்தவங்களா நம்ம மனசு நெனச்சி நம்ம அறிவு, வளம், பொருள் எல்லாத்தையும் அவங்ககிட்ட கொடுக்கத் தயாரா இருக்கும்.

இதேதான் நாய்க்கும் நாம பண்ணுவோம். நமக்காக உழைச்சி நமக்கே தெரியாம நமக்கு உதவுற விலங்குக்கு செய்யிறதவிட, ஏக்கமா பாக்குதே கேக்குதேன்னு நாம ஒன்னுஒன்னும் நாய்க்கு செய்வோம். சாப்பிடும்போது அது நம்மள ஏக்கமா பாக்குறப்ப அதுக்குப் பசிக்குதேன்னு நாம கொடுப்போம். ஆனா அப்போதான் அது சாப்பிட்டு இருக்கும். அதேமாதிரி அது யாரு எப்பக் கொடுத்தாலும் சாப்பிடாமப் போகாது. அப்படிப் போனா அடுத்தத் தடவ நாம கொடுக்கமாட்டோம்னு அதுக்கு நல்லா தெரியும். எனக்கு வேண்டாம்னு அதுகிட்டேந்து வரவே வராது. இதுதான் நாயோடட குணம். இதுதான் பிச்ச."

"நம்மளா புரிஞ்சிக்கிறது அறிவுதான? அப்ப அது இதத்தான் கேக்குதுன்னு நாம புரிஞ்சிக்குறது தப்புன்னு சொல்றீங்களா?"

"குறிப்பு மூலமா புரிஞ்சிக்குறது தெரிஞ்சிக்குறது நம்ம மனநிலையப் பொறுத்து மாறிகிட்டே இருக்கும். எதையுமே வார்த்தையோடட சேர்த்துக் கவனிச்சாதான் கண்டுபிடிக்க முடியும். நாய்க்கு மத்தவங்கள தான்மேல கருணை ஏற்படுற மாதிரியும் தன்ன சிறந்தவன், பெரிய ஆளுன்னு காட்டிக்குற மாதிரியும் குறிப்ப ஏற்படுத்த ரொம்ப ஈஸியா முடியும். ஏன்னா நாய்க்கு நாடகம் போட்டு, பிச்ச எடுக்க மட்டும்தான் தெரியும். அதோட உழைப்பு, தன்னோட நாடகம் அம்பலப்பட்டுவிடக் கூடாதுங்றதுக்காக மட்டும்தான் இருக்கும். அதுக்காக அது அதிகமா வேல செய்யிற மாதிரி ஒரு நாடகத்த அரேங்கேத்தி எல்லாரையும் நம்பவச்சிட்டு, அதுக்கு அப்பறம் வார்த்தையாலேயே எல்லாரையும், தான் வேல செய்யிற மாதிரி நம்பவச்சிட்டு இருக்கும். நடிக்கிறது தெரியக்கூடாதுன்னா அது யாருக்காக நாடகம் போடுதோ அவங்கள நம்பவைக்க என்ன வேணாலும் செய்யும்."

"நடிக்குதுன்னு நாம கண்டுபுடிச்சிட்டா?"

"கண்டுபுடிச்சிடுவோம். ஆனா எந்தவொரு விசயமுமே முதல்தடவ நாம எப்படி நெனைக்கிறோம் நம்புறோம்ங்றதுலதான் இருக்கு. இந்தக் குணம் உள்ளவங்க எது செஞ்சாலும் அதத் திரும்பி நாம யோசிச்சிப் பார்த்தா நாம ஏமாந்து இருப்போம்னு தெரிஞ்சிடும். அத வெளிப்படுத்த முடியாது."

"ஏன்?"

"ஏன்னா, அதோட வார்த்தைக்கு நாம பதில் சொல்லி அது நம்மகிட்ட தகவலத் தெரிஞ்சிகிட்டு நம்மள மதிக்குற மாதிரி

மத்தவங்க முன்னாடிக் காயப்படுத்தும். அப்படிச் செய்யும்போது அதோட சாவகாசமே வேணாம்னு ஒதுங்கிக்குவோம். அதையும் மீறி நாம அதுகிட்ட கேட்டாலோ சொன்னாலோ, அதோட வார்த்தை எப்பயுமே நடுநிலையாத்தான் இருக்கும். அது எதவச்சி எந்தப் பக்கம் பேசுதுன்னு நம்மளால சொல்லமுடியாது. அது சொல்றத நாமளா புரிஞ்சிகிட்டுப் பேசுனா, அது நம்மள முட்டாளாக்கிடும். அதுகிட்டேந்து கேட்டு வாங்குனா நம்மளக் காயப்படுத்தி அவமானப்படுத்தும். இதுல எது நடந்தாலும் நமக்குத்தான் இழப்பு. மனசு ரீதியாவும் பொருள் ரீதியாவும்."

"... ... ..."

"ஆரம்பத்துல நாமளே நல்லா வேல செய்யிறாங்கன்னு சொல்லிட்டு, இப்போ இல்லன்னு சொன்னா அங்க நம்மமேல உள்ள நம்பிக்கையும் உடையும், அதனால உடனே சொல்லத் தயங்குவோம். அப்படியே பெருசா எதாவது நடந்தாலும், தான்மேல ஒரு கருணைய ஏற்படுத்தி உடனே தப்பிக்கும். எப்பவுமே எதையுமே நாமளா புரிஞ்சிகிட்டா அது தப்பாதான் போகும். அப்போ இது பிரச்சனதான?"

"... ... ..." எதற்கோ விடைக் கிடைத்ததைப்போல கேள்வியோடு விழித்தான்.

சற்றுநேரம் அமைதி நிலவியது. மேலும் கேள்வியோடு அமர்ந்திருந்தவனைப் பார்த்துவிட்டு, "இன்னும் புரியலன்னா, நான் ஒரு கத சொல்றன். அதுக்கு அப்பறம் சொல்லுங்க. இது பிரச்சனயா இல்லையான்னு"

"ம்" என்றான் அமைதியாக. எதிரே கடையில் இருந்த கண்மூடிய சிலையைக் கவனித்தவனை ராம் குரல் அறைந்தது.

"ஒரு ஊர்லேந்து ஒருத்தன் வேற ஒரு ஊருக்கு நான் ஞானியாகப் போறேன்னு கௌம்பிப் போறான். அப்படிப் போறப்ப அவன் கடுமையா தவம் இருக்கான். அப்படி இருந்தும் அவனுக்கு ஞானம் கிடைக்கல. ஆனா, அவனால மனிதத் தேவைய தடுக்க முடியல. மனித தேவைன்னா உணவு, உறக்கம், காமம் இத யாராலயும் கண்ட்ரோல் பண்ணமுடியாது."

"மனிதத் தேவை உணவு, உடை, இருப்பிடம்தான?"

"பிச்சக்காரங்கள பாத்து இருக்கீங்களா?"

"ம்ம்ம்"

“அவங்ககிட்ட நீங்க சொல்ற இருப்பிடம் இருக்காது. தேவையோட மட்டும்தான் இருப்பாங்க.”

“ஆமா.”

“இருக்க இடம் இல்ல, சாப்ட சாப்பாடு இல்ல, ஏன் குழந்தப் பெத்துக்கணும்?”

“... ... ...”

“அப்போ மனிதத் தேவைங்றது உணவு, உறக்கம், காமம்தான?”

“... ... ...” யோசித்தவாறு பார்த்தான்.

“ட்ரெஸ் இல்லாம உங்களால வாழ முடியுமா? முடியாதா?”

“முடியும். ஆனா...”

“நம்ம நாட்டுல எத்தனையோ பேருக்கு வீடு இல்ல.”

“ம்...”

“மனுசன் எப்போதுமே அவனோட உணர்வுக்குத்தான் விசுவாசமா இருப்பான். வேற எதுக்கும் கிடையாது. அப்போ அவனோட அடிப்படைத் தேவ, சாப்பாடு, தூக்கம், காமம் அவ்வளவுதான். இந்த உணர்வக் கட்டுப்படுத்த வேண்டிய இடத்துல கட்டுப்படுத்துறப்பதான் மானம், மரியாதை, கௌரவம் எல்லாம் வரும். இதக் கட்டுப்படுத்த முடியாதவங்கிட்ட இது ஏதும் இருக்காது. இத அப்படியே நாயோட ஒப்பிட்டுப் பாத்தா உங்களுக்குப் புரியும். அது எல்லாத்தையும் சாப்பிடும். எல்லா இடத்துலயும் தூங்கும். நாய் உறவுல ஈடுபடுறத நீங்கன்னு இல்ல எல்லாரும் பாத்திருப்போம். ஆனா மத்த விலங்கு எல்லாம் அப்படி இருக்கா?”

“இல்ல...”

“அப்போ நாய்க்குத் தேவ மட்டும்தான?”

“... ... ...”

“சரி நாம கதைக்கு வருவோம். அந்த ஞானி; அவரு ஞானி இல்ல. ஆனா, கதைக்காக சொல்றன். நாம இப்படிக் கஷ்டப்படுறது பிரயோஜனமே இல்ல நாம சாப்பிடலாம், உடல வருத்துறதுல எந்தப்பயனும் இல்லன்னு முடிவு பண்ணி பிச்ச எடுக்கப்போறாரு. பிச்ச எடுக்கிறப்ப எல்லாரும் அசிங்கப்படுத்தித்தான் பிச்சப் போடுவாங்க. அப்படி இருக்கப்பயும் எடுக்கிறாரு. அப்பறம், ஊர்ல

உள்ளவங்கள்ல கொஞ்சம்பேரு அவரு என்ன சொல்றாருன்னு கேக்கப் போறாங்க. பிச்ச எடுக்கிறது இழிவு. அதுவே செஞ்சிட்டா வேற எதிலேந்தும் நமக்குக் கஷ்டம் வராது. அப்போ அவர் சொல்ற கருத்து எல்லாம் எல்லாரையும் மனரீதியா மாத்துது. அப்படி இருக்கப்ப அவருக்குச் சீடர்கள் உருவாகுறாங்க. அப்போ அவர் என்ன செய்றாரோ அதே செய்றாங்க. அவரோட போதனை எல்லாம் பின்பற்றி அவரோட சீடர்களும் சந்தோசமா இருக்காங்க. அவருகிட்ட போனாலே ஒரு மன அமைதி, நிம்மதிக் கிடைக்குது. அவர் ஞானியா ஏத்துக்கப்படுறாரு. இத எந்த விதத்துல பாக்குறீங்க?”

“மனச அமைதிப்படுத்த வழி சொல்லி இருக்குறப்ப அவர் ஞானிதான்.”

ராம் சிரித்தான். வெகுவாகச் சிரித்தான்.

“என்ன ஏன் சிரிக்கிறீங்க? அவர் நல்லதுதான பண்றாரு. இதுல ஏதும் தப்பா எனக்குத் தெரியலையே?”

“நாம ரெண்டுபேரு இருக்கோம். நாம ஒரு ஊருக்குப் போறோம். அந்த ஊர்ல ஒரு நாற்பது பேர் இருக்காங்க. அங்க போயிட்டு இதேமாதிரி நாமளும் பிச்ச எடுக்குறோம். பிச்ச எடுக்குறதுன்னா நம்ம தேவயத்தான் நிறைவேத்திக்கிறோம். அந்த ஊர்ல, ஒரு வருசத்துக்கு ஒரு வீட்ல பத்துமூட்ட நெல்லுதான் வரும்.

ஒரு பேச்சிக்குச் சொல்றன். அந்த நாற்பது பேர பத்துக் குடும்பமா வச்சிப்போம். பத்து வீட்டிலயும் பிச்ச எடுக்கப்போறோம். ஒரு வீட்ல நெல்லு, ஒரு வீட்டுல மாமிசம் இதுமாதிரி வேறவேற நமக்குக் கிடைக்குது. ஒருநாள் போறோம், ரெண்டுநாள் போறோம், மூனுநாள் போறோம்... ஒரு வீட்டுக்கு ஒரு ஆடுபோதும், அவங்க நாலுபேருக்கும். நாம ரெண்டுபேரும் சேரும்போது ஆறுபேரா மாறுது. அப்போ அந்த ஆடு அவங்களுக்குப் பத்தாது. அப்போ இன்னொரு ஆட்டையும் கொல்லுவாங்களா மாட்டாங்களா?”

“அதுக்கு ஏன் ஆட்டைக் கொல்லணும் வேற ஏதாவது சமைக்க வேண்டியதுதான?”

“அதேதான். பிச்சை எடுக்கப்போற நாம, அவங்க என்ன சாப்பிடணும்னு முடிவு பண்ணமுடியுமா?”

“முடியாது. ஆனா நாம வருவோம்னு தெரியுமே...”

“அப்போ இன்னொரு ஆட்டக் கொல்லுவாங்களா மாட்டாங்களா?”

“கொல்லுவாங்க.”

“அப்போ பிச்ச எடுக்கறதுனால அமைதி வந்துடுமா?”

“... ... ...” எச்சில் விழுங்கினான்.

“நீங்க யோசிங்க, நாம வேட்டையாடி சாப்பிட வேண்டிய சூழல்; எல்லாரும் வேட்டைக்குப்போய் உயிரப் பணயம் வச்சி கொண்டுவர உணவ வெக்கம், மானம், சூடு, சொரணை இது எதுவுமே இல்லாம பிச்ச எடுத்துச் சாப்பிடுறது எவ்வளவு பெரிய வன்முறை?”

“இது எப்படி வன்முறையாகும்?”

“நாம பிச்ச எடுக்கிறதுனாலதான இன்னொரு ஆட்ட அறுக்கவேண்டியதா இருக்கு. மத்தவங்க தங்களோட உணவ குறைச்சிக்க வேண்டியதா இருக்கு. நாமளும் உழைச்சா நாமளும் உற்பத்திச் செஞ்சா இது நடக்காதுல?”

“... ... ...”

“இதுதான் நாயோட குணம். நமக்கு அன்ப தர மாதிரி தெரியும். நமக்கு வாலாட்டும். நாம சொல்றத கேக்கும். ஆனா, அதோட தேவ நிறைவேறுற இடத்தில மட்டும்தான் அது இருக்கும். அதோட தேவ எங்க அதீதமா நிறைவேறுதோ அந்த இடத்தத் தேடிப் போய்ட்டே இருக்கும். நீங்க நாய் வளக்குறீங்கள்ல, நீங்க இதக் கவனிச்சுப் பாருங்க. அது எதையுமே கேக்காது. நாம புரிஞ்சிகிட்டு அது இதத்தான் கேக்குதுன்னு ஒன்னு ஒன்னும் செஞ்சிக்கிட்டு இருப்போம். அது எதுவுமே கேக்காம, செய்யாம எனக்குக் கொடுத்துதான் ஆகணும்னு சந்தோசமா இருக்கும். நம்மளோட கருணைய எப்படிப் பயன்படுத்தணும்னு அதுக்குத் தெரியும். உழைக்காம பிச்ச எடுத்துச் சாப்புடுறதுல உங்களுக்கு மன அமைதி கிடைக்கும். ஆனா மத்தவனப் பயன்படுத்தி, அவனோட மன அமைதியப் பறிச்சு, அவனையும் பிச்ச எடுக்கவச்சி, அதுல சந்தோசத்தக் காட்டுறது எந்த வகையில மன அமைதியத் தருதுன்னு தெரியல. இது எப்படி ஞானம்ன்னும் தெரியல.”

“தந்திரம்தான. மனுசனோட குணம். அது இப்படியும் இருக்கலாம் இல்லையா?”

“இப்படி இருக்குறது நாயோட குணம். ஒவ்வொரு மனுசனுக்கும் ஒவ்வொரு தந்திரம் இருக்கு. அது எல்லா

விலங்கோடையும் ஒத்துப்போகும். அது அவனோட வார்த்தையில இருந்தும் செயல்கள்ள இருந்தும் தெரிஞ்சிடும்."

"எப்படி..?"

"நீங்க தந்திரமாத்தான என்கிட்டேந்து ஒன்னும் ஒன்னும் கேட்டுத் தெரிஞ்சிக்கிறீங்க."

"... ... ..." உள்ளூரப் பதுங்கினான்.

●

9

ராம் கூறியதும் சிறிதுநேரம் அமைதி அங்கு வந்து சென்றது.

"நாமளும் பிச்ச எடுக்குறோம்னு சொல்றப்ப எப்படி மத்தவங்களும் நம்மகூட வந்து சேருவாங்க?"

"இத முன்னாடியே கேப்பீங்கன்னு எதிர்பார்த்தேன். நாற்பதுபேர் சொன்னன்ல, அத நாலுபேரா வச்சிப்போம்."

"சரி."

"ஒரு ஆள்கிட்ட ஒரு நாளைக்குப் பத்து ரூபா பிச்ச எடுக்குறோம். அப்போ நாலுபேர்ட்ட நாற்பது ரூபா. ஒரு ஆளோட ஒருநாள் சம்பளம் நூறு ரூபா. அந்த நூறு ரூபாய்க்கு அவன் தன்னோட உடம்ப, மனச, மூளைய எல்லாத்தையும் வருத்தி உழைச்சி சம்பாதிக்கிறான். பத்துமணி நேரம் அவன் கஷ்டப்பட்டா அவனுக்கு நூறு ரூபா. இப்போ நாம அவன்கிட்டேந்து பத்து ரூபா வாங்கணும். ஆனா அது அவனுக்குத் தெரியக்கூடாது. அவன்கிட்டேந்து பத்து ரூபா பிச்ச எடுக்கிறது அவனோட ஒருமணி நேரத்தை நமக்காகப் பயன்படுத்துறதுதான். ஒருத்தன்கிட்ட ஒருமணி நேரத்தத் திருடறப்ப அவன் எப்படியெல்லாம் யோசிப்பான். அவன் எத எல்லாம் எதிர்பார்ப்பாங்றது, பிச்ச எடுக்கிறத வேலையா வச்சி இருக்கிற நமக்குத் தெரிஞ்சிருக்கணும். அப்போ, அவன் எப்படியெல்லாம் திட்டுவான். எந்த மாதிரிலாம் கோபப்படுவான். எல்லாம் தெரிஞ்சு, அதப் புரிஞ்சு அதையும் ஏத்துக்கிட்டுக் கேட்டா அவன் குடுத்திடுவான். அப்போ எந்தெந்த வகையில எல்லாம் கஷ்டம் வரும்ன்னு

நமக்குத் தெரியுமோ அத எல்லாம் நாம கடந்திடுவோம். அப்போ நாம எதுவும் செய்யாம பிச்ச மட்டும் எடுத்து நாலுபேரோட ஒவ்வொரு மணி நேரத்தையும் நமக்கானதா மாத்திக்கிட்டோம். அப்போ அந்த நாலுபேரும் நமக்காகவும் வேல செய்யிறாங்கதான. அப்போ அவங்களோட கஷ்டம் தீருமா?"

"தீராது."

"அப்போ அவங்க உழைப்பப் பயன்படுத்தி வாழ்க்கைய ஓட்டுற நாம கஷ்டப்படுவோமா?"

"சந்தோசமா இருப்போம்."

"ரொம்ப சந்தோசமா இருப்போம்."

"அவங்களக் கஷ்டப்படுத்திட்டு நாம சந்தோசமா இருக்கிறது நியாயமா?" என்று அவன் கோபப்பட்டதும் ராம் புரிந்துகொண்டான்.

"இன்னும் கேளுங்க. நாம ரொம்ப சந்தோசமா இருக்கப்ப அவங்களுக்குக் கோபம் வருமா வராதா?" என்று ராம் கேட்டான்.

"வரும். நம்மகிட்ட பிச்ச எடுத்துட்டு இவங்க மட்டும் எப்படிச் சந்தோசமா இருக்காங்கன்னு வரும்."

"அப்போ நம்மகிட்ட கேட்பாங்களா? மாட்டாங்களா?"

"கேட்பாங்க."

"சொல்ல முடியாதுன்னு சொன்னா நமக்குப் பிச்சக் கிடைக்காது. அதேமாதிரி நாலுபேரும் ஒரே நேரத்துல வந்து கேட்கமாட்டாங்க. அப்போ, யாரு முதல்ல வராங்களோ அவனுக்கு நாம சொல்லிக்கொடுப்போம். அப்ப அவனும் பிச்ச எடுப்பான். அப்போ மூனுபேருக்கு மூனுபேர் பிச்சப் போடணும். அப்போ, அது அப்படியே இரண்டாகும். ஒன்னாகும் கரெக்ட்டா?"

"ம்ம்ம்"

"எல்லாருமே பிச்ச எடுத்தா யாரு சோறு போடுவா?"

"... ... ..." அவனுக்கு விழி பெரிதாகியது.

"நா சொன்னது நாலுபேரு, அதனால உடனே புரிஞ்சிட்டு. இதே நாலு இலட்சம் பேருட்ட நாலுபேரு பிச்ச எடுத்தா, உடல் உழைப்பே இல்லாம மனச மட்டும் கட்டுப்படுத்தி உணர்வற்ற நிலையில இருந்து, வாழ்ந்தா அவங்க வாழ்க்க சந்தோசமாதான இருக்கும்."

"அப்படி வாழச் சொல்றீங்களா?"

"இப்படி வாழ்றது மிகப்பெரிய வன்முறைன்னு சொல்றன். பணத்துக்காக நாம வேல செய்யிறோம், உழைக்கிறோம். பணத்தினால நம்ம தேவ நிறைவேறுது. உழைக்காம, அவங்க தேவைக்காக நம்மள நம்பவச்சி, கருணைய உருவாக்கிப் பிச்ச எடுக்குறது, நம்ம கருணையப் பயன்படுத்தி அபகரிக்கிறது வன்முறையத்தான தூண்டும்?"

"... ... ..."

"இப்படி இருக்குறதுதான் நாயோட குணம்னு சொல்றன். நம்மளோட கருணை உழைக்கிறவன் மேலதான் இருக்கணும். ஆடு, மாடு, கோழிகூட பயனுள்ள வேலைய செய்யுது, உழைச்சிச் சாப்டுது. ஆனா அதவிட நாய்தான அதிகம் வளக்குறோம்."

"நாய் காவலுக்கு. திருடன் வந்தா குலைக்குமே."

"நாய் திருடன்னு இல்ல, யார் வந்தாலும் குலைக்கும். தன்னோட இருப்பையும், தன்னோட இடத்தையும் அது யாருக்காகவும் எதுக்காகவும் விட்டுக்கொடுக்காது. அதனாலதான் குலைக்கும். வீட்டுக்கு யாராவது வந்திருந்து கூட்டமா இருந்தாகூட எதையும் யோசிக்காம நம்மகிட்ட வரும். அது என்ன பண்ணுமோ அதப் பண்ணும். இதே வேற ஏதாவது ஒரு அனிமல் சொல்லுங்க இப்படிப் பண்ணும்னு."

"இப்போதான் யோசிக்கிறன்."

ராம் அமைதியானான்.

10

"நாய் பத்தி சொன்னது ஓகே. எனக்குப் புரிஞ்சிட்டு. இது மனுசனுக்கு எப்படி? மனுசன் குரங்குலேந்து மட்டும் வரலன்னு எப்படிச் சொல்றீங்க?"

"மனுசன்னா யாரு?" ராம்.

"நாம"

"நாமன்னா?"

"நாம எல்லாரும். நாமதான மனுசங்க."

"அத கேக்கல மனுசன்னு ஒன்னு பூமில இருக்குல அது என்னன்னு கேக்குறன்?"

"மனுசனும் ஒரு அனிமல். குரங்கு. குரங்குலேந்து வந்த மிருகம். நீங்க குரங்குலேருந்து மட்டும் வரலன்னு சொல்றீங்க."

"குரங்குலேந்து வந்ததாவே இருக்கட்டும். குரங்கு எதுலேந்து வந்தது?"

"அது தெரியல. ஆனா எல்லாமே ஒரு செல் உயிரிலேந்து வந்தது."

"அப்போ எல்லாமே ஒரு செல் உயிரிலேந்துதான் வந்ததுனா எல்லாத்துக்கும் ஒரே கனெக்ட்தான? எல்லாமே ஒன்னுதான?"

"எப்படி?"

"நமக்கு நெருக்கடியோ பயமோ வந்தா நம்மளோட ஆற்றல் அதாவது நம்மளோட குணம் வெளிப்படும்."

"... ... ..." கவனிக்கத் தொடங்கினான்.

"ஒரு புல் இருக்கு. அதுக்கு உயிர் இருக்கா இல்லையா?"

"இருக்கு"

"எப்படி?"

"அது வளருதுல."

"அப்படியா? எப்படி வளருது?"

"தண்ணீ, சூரியன் இதுலேந்து சாப்பாடு எடுத்து வளருது. ஸோ, உயிர் இருக்கு."

"இதுல, சந்தேகம் இல்லையே?"

"இல்ல, ஏன்?"

"சுவிட்ச் போட்டா ஃப்பேன் ஓடுது. அப்போ அதுக்கு உயிர் இருக்கான்னு என் ஃப்ரண்ட் கேட்டான் அதான்" என்றுகூறி மெல்ல சிரித்தான் ராம்.

"தனக்கான உணவ, எது அதுவே உற்பத்தியோ அல்லது தேடிக்குதோ அதுக்கு உயிர் இருக்கு. அதான?"

"அதுவும், உணர்வும் இருந்தா அதுக்கு உயிர் இருக்கு."

"ஓ..."

"ஏன்னா, ரோபாக்கு சார்ஜ் இல்லன்னா போட்டுக்கும். அதுக்கு உணர்வு கெடையாது."

"இல்லையே படத்துல அதுக்கும் உணர்ச்சிகள்லாம் வந்தா அதுவும் மனுசன் மாதிரி பண்ணுமே. அப்போ அதுக்கும் உயிர் இருக்கா?"

"நமக்குச் சிரிப்பு வந்தா உடல்ல உள்ள பல தசை சுருங்கி ரத்தம் ஓடும். பல் தெரியும். கண்ணுல தண்ணி வரும். இத ரோபோவுக்கு ப்ரோக்ராம்தான் பண்ணமுடியும். அதுமட்டுமில்லாம அதுக்கு சாவு கிடையாது. நம்ம உடம்புக்கு சாவு உண்டு."

"ம்ம்ம்"

"உயிர் இருக்குற ஒரு உயிரினத்துக்கு, நெருக்கடியோ பயமோ வரப்ப வேற ஒரு பரிணாமத்த அடையுது. அதுக்குக் காரணம் அதோட உயிரக் காப்பாத்திக்கணும்."

"ஏன் காப்பாத்திக்கணும்? சாகதானப் போறோம்."

“இவ்ளோ கேள்வி எல்லாம் உயிரக் காப்பாத்திக்கதான? எப்படி, பொறந்தோம்ங்றது தெரியாம இருக்கோ, அதேமாதிரி சாவும் இருக்கணும்னுதான? நாம சாகப்போறோம்னு தெரியாமயே சாகணும்னுதான இந்தத் தேடல். எந்த அளவுக்கு உங்க வாழ்க்கைய சிறப்பா வாழ்ந்து மத்தவங்களுக்குப் பயனுள்ளதா மாத்துறீங்களோ, அந்த அளவுக்கு நீங்க சந்தோசமா வாழலாம்.”

“என்கிட்ட இன்னும் ஆயிரம் கேள்வி இருக்கு. ஆனா அதுக்கு என்கிட்ட பதில் இல்ல. நீங்க சொல்றது இன்னும் என்ன யோசிக்க வைக்குது.”

“‘விடை இருப்பதாலே ஆயிரம் கேள்விகள்’. தேடுங்க கிடைச்சிடும்” என்று ராம் கூறியதும்,

அவனையே அமைதியாகப் பார்த்துக்கொண்டிருந்தான்.

“உயிரக் காப்பாத்தணும்னா ஒன்னு தப்பிச்சு ஓடணும்; ஒளிஞ்சிக்கணும், இல்ல போராடணும்.”

“... ... ...”

“ஒவ்வொரு உயிரும் தன்னோட உயிரக் காப்பாத்திக்க பயந்து பயந்துதான் இங்க இவ்ளோ உயிரினம். தென்னைமரம், பனைமரம்கூட புல்லுதான். இது புல்லோட பரிணாம வளர்ச்சி. தன்னோட இனத்த, தன்னோட உயிரக் காப்பாத்தணும். உடலவிட்டு வேற உடம்புக்குப் போகணும். அப்போ, அதோட ஆயுட்காலம் வாழ்ந்த நாளவிட அடுத்த உடலுக்குப் போகணும். அதுல வந்ததுதான் இங்க இவ்ளோ உயிரினம். அதுல தாவரம் வேற, விலங்கினம் வேற. இதுல இது ரெண்டும் எங்கேந்து வந்துச்சின்னு தெரியல. ஆனா, ஒவ்வொரு உயிரினத்துலயும் உயிர்ன்னு சொல்றது ஆத்மாதான்.”

‘ஹ... ஹா...’ சட்டென்று பலமாக சிரித்தான்.

“... ... ...” ராம் மௌனம் காத்தான்.

“இன்னும் வேற ஏதாவது சொல்றதுக்கு இருக்கா?”

“... ... ...” ராம் மெல்ல புன்னகைத்தான்.

“ஆத்மா, உயிர், பேய்...” மீண்டும் சிரித்தான். ராம் அவனைப் பொறுமையாகப் பார்த்துவிட்டு, “சரி, நா உங்கள ஒரு கேள்வி கேக்குறன்” என்றான்.

"... ... ..." அவனது சிரிப்பு மெல்ல குறைந்தது.

"உங்க உடம்பு எப்படி வேல செய்யுது?"

"... ... ..." சிரிப்பதை நிறுத்தி ராமைப் பார்த்தான். பலர் அவர்களைக் கடந்துபோய்க் கொண்டிருந்தனர்.

"சொல்லுங்க"

"எப்படின்னா?"

"உங்க உடம்பு எப்படி வேல செய்யுது?"

"சாப்பிடுறதுனால"

"... ... ..." அவனது கண்களைப் பார்த்தான் ராம்.

"இரத்தம், மூளை, இதயம் இதெல்லாம் சேர்ந்து வேல செய்றதுனால..."

"இதெல்லாம் எப்படி வேல செய்யுது?"

"எப்படின்னா?"

"இதயம் எதனால துடிக்குது?"

"... ... ..."

"அப்போ உங்க உடம்புல இதயம் நல்லா இருந்து, கை, கால் இல்லன்னா உயிரோட இருக்கமுடியும். உடம்புக்குள்ள உள்ள ஏதாவது ஒன்னுத்துக்குப் பிரச்சனன்னாக்கூட உங்களால ரொம்பநாள் உயிரோட இருக்கமுடியாதுல?"

"ஆமா."

"கொக்கு ஏன் வெள்ளையா இருக்கு? காகா ஏன் கருப்பா இருக்கு? யானை ஏன் பெருசா இருக்கு? எலி ஏன் சின்னதா இருக்கு? சரி, ஏன் வயசாகுது?"

"... ... ..." விழித்தான்.

"சாதாரணமா ஒரு கம்பெனி வச்சி இருந்தாலே ஒவ்வொரு டிபார்ட்மெண்ட் பிரிச்சி, இவுங்க இவுங்க இந்த வேலைய மட்டும் பாருங்கன்னு சொல்றாங்க. அதத் தெரிஞ்சவுங்கள மட்டும்தான் வேலைக்கும் எடுக்குறாங்க. ஒரு கம்பெனிக்கே இப்படி நிர்வாகம் பண்ணி சமநிலைப்படுத்த வேண்டியிருக்கு. அப்போ பூமிய யாரு நிர்வாகம் பண்றா? எதுக்கு நிர்வாகம் பண்றாங்க? அவங்களுக்கு அதுல என்ன கிடைக்கும்? இதெல்லாம் எதுக்கு உருவாக்குனாங்க? இதுமாதிரி என்கிட்டயும் நெறையக் கேள்வி இருக்கு. ஆனா,

வயசாகலன்னா இங்க பேலன்ஸ் பண்ணமுடியாது. ஸோ, ஒவ்வொரு விஷயத்துக்குப் பின்னாடியும் ஒவ்வொரு காரணம் இருக்கு."

"... ... ..."

"நாம அங்கெல்லாம் போகவேணாம். உடல் அப்படிங்கறது இருக்குன்னா, அதுல உயிர் இருக்குன்னா அதுதான் ஆத்மா. அந்த ஆத்மாதான் உடல இயக்குது. அது ஏன் இயக்குது. அது எங்கேந்து வருது. அது எனக்குத் தெரியாது. ஆனா, ஒவ்வொரு விலங்கினத்தோட பரிமாண வளர்ச்சியில வந்த உயிரினம்தான் மனுசன். எல்லா விலங்கோட ஆத்மாவும் மனுசன் உடலுக்குப் போகும்."

"... ... ..."

"அப்படிப் போகும்போது அவன் செயல்படற விதம், பேசுற வார்த்தை, அவனோட தந்திரம் இது எல்லாமே விலங்கோட குணம்தான்."

"ஒவ்வொரு விலங்கோட ஆத்மாதான் ஒவ்வொரு மனுசனுக்குள்ளயும் இருக்குன்னு சொல்றீங்களா?"

"ஆமா."

"நாய், நரி, புலி, சிங்கம் இப்படியா?"

"ஆமா"

"எப்படி?"

"நாம எல்லோருமே குரங்குலேந்துதான் வந்தோம்னா, எல்லாருக்குமே ஒரே மாதிரி குணம்தான இருக்கணும்?"

"எதவச்சி சொல்றீங்க?"

"எனக்கு, பிச்சை எடுக்கிறது தப்பு. ஆனா, இன்னொருத்தவங்க அத சரின்னு சொல்லுவாங்க. எனக்கு ஒருத்தனக் காயப்படுத்துற வார்த்தையச் சொல்லி அவனக் கஷ்டப்படுத்துறது பிடிக்காது. இன்னொருத்தன் மேல பழிப்போட்டு தப்பிக்கப் பிடிக்காது. எனக்கு எதுவா இருந்தாலும் அது என்கிட்ட இருந்தா அதப் பயன்படுத்தனும், இல்லன்னா அதப்பத்தி யோசிக்கக்கூடாது. ஆனா, என் பொருள இன்னொருத்தன் உரிமையா எடுத்துப் பயன்படுத்துறது எனக்கு ஏத்துக்க முடியாததா இருக்கு. அது அவனுக்குச் சரியானதா இருக்கு. ஒருத்தவன்கிட்ட ஒரு விஷயத்தைக் கேக்கவே எனக்குத் தயக்கமா இருக்கும். இன்னொருத்தன் அத ஈஸியா கேக்கிறான். நா என்

வேலைய வச்சிக் காசு குடுங்கன்னு சொல்றன். இன்னொருத்தன் காசு குடுத்தா வேல செய்றன்னு சொல்றான். இதச் சொன்னா உனக்கு விவரம் பத்தல அதான்னு நெறைய சொல்லுவாங்க. ஆனா, அது கிடையாது. இதுதான் குணம்."

"ஆமா, ஒருத்தவங்க பேசும்போது எனக்குக் குறுக்கப் பேசத் தோணும். ஆனா, அது அவங்களக் கஷ்டப்படுத்திடுமோன்னு அமைதியா இருப்பன். ஆனா, என் ப்ரண்ட் அப்படி இருக்கமாட்டான். அவன் இஷ்டத்துக்குப் பேசுவான். கேட்டா, இதுல என்னன்னு சொல்லுவான். நா உங்ககிட்ட குறுக்கப் பேசுறது பதட்டத்துல, என்னன்னு தெரிஞ்சிக்க?" என்று அவன் சொல்லத் தொடங்குகையில், "தெரியும்" என்றான் ராம்.

"... ... ..."

"ரொம்ப டெப்த்தா இது எந்த விலங்கு. அது எந்த விலங்குன்னுலாம் ஆராய்ச்சிப் பண்ணிக்கவேணாம். இரண்டே இரண்டு வகைதான் ஒன்னு பிச்ச எடுக்கிறது. இன்னொன்னு பிச்ச எடுக்காதது. இரண்டுமே விலங்குதான். இரண்டுமே தந்திரம் உள்ளதுதான். ஆனா, இதுல காதல் அப்படிங்கிற உணர்வுல நாயால ரொம்பக் கஷ்டம் வரும். மற்ற விலங்காலயும் வரும். ஆனா, அது பற்றுனால வரும். நாய் எல்லார்கிட்டயும் உறவு வச்சிக்கத் தயாரா இருக்கும். அதனால பற்றுள்ள விலங்கு ரொம்பப் பாதிக்கப்படும். ஆனா, நாய்க்கு அது ஒரு விஷயமாவே தெரியாது. இந்தக் காலகட்டத்தில, அதாவது பணம், பணத்த வச்சி எத வேணா வாங்கலாம்னு சொல்ற இந்தக் காலகட்டத்தில உள்ள கொடிய விலங்குன்னா அது நாய்தான். ஏன்னா பற்றற்று இருந்து எந்த வேல செஞ்சாலும் அடுத்தவனப் பயன்படுத்தி ஈஸியா பணம் சம்பாதிச்சிடலாம். கற்பனைய உண்மன்னு நம்பவச்சிட்டா போதும். ஒரே இடத்தில இருக்கணும்ங்ற அவசியம் கிடையாது. அப்போ ஒரு இடத்துக்குப்போனா அங்க உள்ளவங்ககிட்ட வாலாட்டி, பிச்சை எடுத்து, பயன்படுத்தி அவங்க அறிவ வச்சே உயர்ந்து, அவங்களையே அடிமைப்படுத்த எல்லா வழியும் நாய்க்கு இப்போ இருக்கு."

ராம் கூறியது அவனை உள்ளூரத் தாக்கியதைப் போன்று உணர்ந்தான்.

"நாய நல்லா கவனிங்க. அதேதான் மனுசனுக்கும். நாய் யாராவது வந்தா குலைக்கும், இல்ல அவங்களையே மொறச்சிப் பார்த்துட்டு அப்பறம் குலைக்கும். இதேதான், இதேமாதிரி உள்ள

மனுசனுக்கும். யாராவது வந்தா உடனே கத்தி வரவேற்கிறது, ஆரவாரம் பண்றது. அவனப் பாராட்டி அவன சிந்திக்கவிடாம அவனோட கவனம் முழுசா தன்மேல இருக்கிற மாதிரி வைக்கிறது. ஒரு வேல செஞ்சதுக்கு நம்மள ஒருத்தவங்க பாராட்ட வரும்போது, அந்த இடத்துல அது தன்னோட இருப்ப காமிச்சி கவனத்த ஈர்க்கும். கவனத்த ஈர்த்து, அது நம்மளப் பாராட்டும். அப்போ அந்த இடத்துல அதுதான் தலைமை மாதிரி இருக்கும். அத நம்மளால ஏத்துக்க முடியாது. யாராவது நம்மளப் பாராட்டினாலே நம்ம ஒருவித சந்தோச நிலைக்குப் போவோம். அப்போ மூளையில ஒருவித திரவம் சுரக்கும். அந்த நேரத்துல 'வா டீ சாப்பிடுவோம்'ன்னு சொன்னா நாம என்ன செய்வோம்?"

"நாம வாங்கிக் குடுப்போம்"

"இது சாதாரணமாத் தெரியலாம். ஆனா, பல இடத்தில ஏன் உங்க ஆஃபிசிலகூட இருக்கலாம். 'முதலாளி, ஓனர், சார் வாங்க போங்க'ன்னு நம்மள ஒரு உயர்நிலய உணரவச்சி நம்மகிட்ட அபகரிக்கிறது இதுதான் பிச்ச. இது மத்த விலங்கு குணம் உள்ளவங்க செய்யும்போது விளையாட்டா இருக்கும். இது விளையாட்ட உண்மையாப் பேசும். அதேமாதிரி பதின் பருவத்தில குறிப்பா பொண்ணுங்ககிட்ட இந்தக் கேரக்டர்ஸ் என்ன பண்ணும்னா. நாய்க்குட்டியா இருக்குறப்ப எல்லோரும் தூக்கிவச்சிக் கொஞ்சுவாங்க. பொதுவாவே ஒரு கருத்து இருக்கும்ல 'பருவத்தில பன்னிகூட அழகா இருக்கும்னு' அந்த டைம்ல தன்ன அலங்கரிக்கிறதுல ரொம்பக் கான்சண்ட்ரேட் பண்ணிப்பாங்க. பொண்ணுங்க எப்படித் தன்ன அலங்கரிச்சிப்பாங்களோ அதே அளவுக்கு அலங்காரம் இருக்கும். அதப் பாக்கும்போது நமக்கு 'இது என்ன இப்படிப் பண்ணியிருக்கு'ன்னு தோணும். ஆனா, அதே அவங்க வாயில இருந்து வரப்ப அத ஏத்துக்கிட்டு, 'நான் நான்'னு வந்துகிட்டே இருக்கும். 'நா அழகா இருக்கேன்ல, டிரஸ் சூப்பரா இருக்குல' இப்படிச் சொல்றப்ப, நாயையும் கவனிக்கணும். நாய நல்லா பாத்தா, நாம கவனிக்கணும், நம்மள கவனிக்கணும்னு எல்லா வேலையும் செய்யும். நாம வேற வேல செஞ்சாலும் நம்மள கவனிக்க வச்சிடும். அதேமாதிரி சேத்துல புரண்டு சேரும் சகதியுமா வந்தாலுமே நாம அத அசிங்கம்னு சொல்லாத அளவுக்கு அதோட செயல் இருக்கும். அதேமாதிரி 'மலம்' திங்கும். அப்பயும் அது தன்னப்பத்திக் கேவலமாவோ, நாம தள்ளிவிட்டாலோ மறுபடியும் பக்கத்துலதான் வந்து உக்காரும். அப்போ 'பாவம்'னு நம்ம மனசுல உள்ள கருணையில தடவிக் கொடுப்போம். அப்போதான் அது

நம்மள விடும். அப்போ, நமக்கும் அதோட செயல் மறந்திடும். நாயோட குணம், 'நான்' என்கிற சிந்தனை மட்டும்தான். நாய் குலைச்சுக்கிட்டே இருக்கும். யாரு என்னன்னுலாம் தெரியாது குலைக்கும். அதேதான் மனுசனுக்கும். இவருக்கு இவ்ளோ மரியாத இருக்கு. இவ்வளவு நல்லது செஞ்சிருக்காரு அது எதப்பத்தியும் யோசிக்காம எனக்கு எதும் செய்யல, செஞ்சாலும் நான் என்ற நினைப்பிலேயே பேசும். ஒருத்தவங்களுக்கு மானம், மரியாதை எல்லாம் அவங்களோட உழைப்புல மத்தவங்களுக்குக் கொடுத்ததுனால வந்துச்சி. இப்போ அப்படி இல்ல, அந்த நொடி அவன நம்பவச்சி ஏமாத்திட்டா காசு வந்துடும். பணத்த வச்சிட்டு கௌரவத்தையும் மரியாதையையும் வாங்கிக்கலாம். ஏமாத்துனா இதெல்லாம் கிடைச்சிடும். ஏமாத்துறது நாயோட குணத்துக்கு ரொம்ப ஈஸி.

எங்க போனாலும் நாய், தான் தேவ எங்க நிறைவேறுதோ அங்கதான் இருக்கும். அதேமாதிரி மனுசன்லயும் எங்க இருந்தாலும் எனக்குக் கிடைக்கணும், அது எதா இருந்தாலும் எனக்கு வேணும். எனக்கு இல்லாம வேற யாருக்கும் கொடுக்கக்கூடாதுன்னு ஒரு எண்ணம் இருக்கும். அந்தச் செயல்ல தெரிஞ்சுடும். நாய், நமக்கு வேண்டியவர், வேண்டாதவர் என்ற பாகுபாடு இல்லாம குலைக்கும். அப்படிக் குலைக்கிறப்ப ஒருதடவ வந்தவங்களா இருந்தா அதக் கவனிப்பாங்க, நெறையதடவ வந்தவங்களா இருந்தா அதுக்கு பிஸ்கட் ஏதாவது போடுவாங்க. அப்படி இல்லன்னா தடவியாச்சும் கொடுப்பாங்க.

இத அப்படியே மனுசனுக்குப் பாத்தா, ஒரு இடத்துல வேல செய்யிறோம். அங்க பெரியப்பெரிய ஆளுங்க எல்லாம் வராங்க. அப்படி வரப்ப ஒரு சிலர் மரியாதைக்கு வாங்க, வணக்கம் இதெல்லாம் சொல்லுவாங்க. இன்னும் சிலபேர் அவங்க வரட்டும் அவங்களுக்கும் நமக்கும் என்ன சம்பந்தம்னு சொல்லுவாங்க. ஆனா, மனசுல 'வாங்கன்னு சொல்லி ஒரு வேல மதிக்காம போயிட்டா அசிங்கமாப் போயிடுமே'ன்னு அமைதியா இருப்பாங்க. ஆனா நாயோட குணம், அவங்களுக்கு அமோக வரவேற்ப முதல்முறையே குடுக்குறது. அப்படி இல்லன்னா அவங்களக் கடிச்சிக் குதறுறதைப்போலப் பாக்குறது. இந்த மாதிரி பார்க்கும்போது நம்மள அறியாமையே அவங்களப் பத்தி யோசிப்போம். அதுதான் கவனம் ஈர்த்தல். அப்படி யோசிக்கும்போது அவங்களப் பாக்கணும்னு பாப்போம். எந்த ஒரு மனுசனுக்கும், அது பொண்ணா இருந்தாலும், நம்மள வெறுக்கிறவங்கள மதிக்கவோ

இல்ல காதலிக்கவோ வைக்கணுங்ற எண்ணம் வரும். அப்படி வரப்ப பொண்ணுங்களுக்குக் கவனம் அவங்கமேல போய்டும். 'யார் ஒருத்தர நாம கவனிச்சாலும் அவங்க செய்யிற எல்லா செயலுமே சிறப்பாதான் இருக்கும்.'

அப்படிக் கவனிக்கிறப்ப அவங்க அழகா இருக்காங்கன்னு நெனச்சா அழகா இருப்பாங்க. அறிவுன்னு நெனைச்சா அறிவு, வீரன்னு நெனச்சா வீரனாத் தெரியும். ஒருத்தவங்கள கவனிக்கும்போது அவங்க வார்த்தையையும் சேர்த்துதான் நாம கவனிப்போம். வார்த்த உண்மையான்னு சோதிச்சிப் பார்க்க கவனிச்சிகிட்டே இருப்போம். நாய் மிகப்பெரிய ஆர்ட்டிஸ்ட். அது நம்பவைக்க என்ன வேணாலும் பண்ணும். அப்படிக் கவனிக்கும்போது ஏதாவது ஒன்னு நிரூபணம் ஆனாகூட நாம தொடர்ந்து நம்ப ஆரம்பிச்சிடுவோம். ஒரு நாடகத்த உடனடியா அரங்கேற்ற நாயவிட வேற எந்த விலங்காலயும் முடியாது.

ஆனா, அந்த நாடகம் நம்மள ஒரு முடிவு எடுக்கமுடியாத அளவுக்குக் குழப்பமான சூழலா உருவாக்கி இருக்கும். ஏன்னா அந்த நாடகம் நம்மளோட உணர்வு: காமம், கருணை இந்த ரெண்டு அடிப்படையில அதிகமாக இருக்கும். காம உணர்வு மேலிட்டா கவனம் அதுலதான் இருக்கும். வேற எதுக்கும் போகாது. அப்போ ஈஸியா என்ன வேணுமோ கேட்டு வாங்கிடலாம். பலதரப்பட்ட உறவுங்றது நாய்க்குக் கவலையே இல்லாத ஒன்னு. மத்த விலங்குக்கும் உண்டு. ஆனா, அது தன்னோட தேவைக்காகத் தன்னோட உணர்வுன்னு மட்டும் பாத்துப் போகாது. ஏன்னா அதுங்களுக்குப் பற்று உண்டு. அது வேட்டையாடும். வேட்டையாடும்போது அதுமட்டும் சாப்பிடாது. நாய் வேட்டையாடாது. அதுக்குப் பற்றுக் கிடையாது. அதேமாதிரி நாய் குணம் கொண்டவங்ககிட்ட தொடுதல் அதிகமா இருக்கும். பதின்பருவ பெண் இந்தக் குணம்கிட்ட மாட்ட பெரியக் காரணம் இதுதான்.

தொடுதல். ஒருத்தர பேசும்போது தொட்டுப் பேசினா மூளையில 'ஆக்சிடோசின்'னு ஒரு திரவம் சுரக்கும். அது நம்மள நல்லவிதமா உணரவைக்கும். அதனாலதான் ஒரு முதலாளி தொழிலாளிகிட்ட வேல வாங்கணும்னா தட்டிக்கொடுத்து சொல்றது. அப்படிச் சொல்றப்ப அது நம்மள நல்லவிதமா உணரவைக்கும்.

இத ஒரு பொண்ணுகிட்ட, அதும் பதின்பருவ பொண்ணுகிட்ட இப்போதுள்ள நட்பு வட்டாரத்தின்படி பார்த்தா தொடுதல் ஒரு சாதாரணம். ஆனால், ஒருத்தரைப் பற்றி நம்ம மனசளவில எப்படிக் கோட்டைக்கட்டி வச்சிருக்கிறோமோ அத வச்சித்தான் எந்தவொரு தொடுதலும் உணர்வைக் கொடுக்கும்.

நாடகம் அரங்கேத்துறதுல நாய் கில்லாடி. தான், செய்யாதத சாட்சியோடு செஞ்சதுபோல நிரூபிக்க முயற்சி செஞ்சி கடும் வாதத்த முன்வச்சி நம்பவைக்குற குணம்கொண்டது நாய்.

இந்தக் குணத்துல முக்கியமான ரெண்டு விசயம். ஒன்னு பாராட்டுறது, இன்னொன்னு எதுவா இருந்தாலும் அத டாக்குமெண்டேஷன் பண்றது."

"அப்படின்னா?"

"சின்ன விஷயம், சாதாரண விஷயமா இருந்தாலும் அத பெரிய அளவுல விளம்பரப்படுத்துறது. அதேமாதிரி அது செஞ்சத விட்டுட்டு, இதுதான் நீ செஞ்சதுன்னு நம்ம கண்ணுமுன்னாடியே ஒன்னு போட்டுக் காட்டப்படுதுன்னா அது நாடகம். அங்க நம்மள அறியாமயே நாம நடிச்சிருக்கோம்னு அர்த்தம். நம்மகிட்டயே நாம செஞ்சதப் போட்டுக்காட்டுறதுல அவங்க செஞ்சது எதுவுமே தப்பா இருக்காது. 'படம் புடிச்சா ஆயுசு குறையும்னு சொல்லுவாங்க. எனக்குத் தூக்குக் குறைஞ்சி ஆயுளாயிருக்கு'ன்னு விருமாண்டில வர வசனம் போதும் நாடகத்துக்கு. ஆனா அந்த நாடகம் வேற. இதோட நாடகம் வேற.

இதுல நான், அப்படிங்கற தன்மை மட்டும்தான் அந்தக் குணத்துக்கு இருக்கும். அதேமாதிரி உரிம உடனே எடுத்துக்கும். ஒருதடவ பேசுனாலே அடுத்தத்தடவ பேர் சொல்லிக் கூப்பிடும். அப்படிக் கூப்பிடும்போது நமக்கு உள்ளுக்குள்ள 'சுறுக்'குங்கும். ஆனா, அத எதும் கேக்கமுடியாது. ஏன்னா அதுதான் நம்ம பேரு. இதுதான் உரிம உடனே எடுத்து அடாப்ட் ஆகுறது. பேர் சொல்லிக் கூப்பிடும்போது, அவங்கள நம்மளவிட பெரிய ஆளா நாம நினைச்சிப்போம். அப்படி நம்மள நினைக்கவச்சி நம்மகிட்ட அவங்க எது கேட்டாலும், நாம கொடுத்துடுவோம். ஏன்னா மத்த விலங்குக்கு, தான் அப்படிங்ற சிந்தன இருக்காது. அதுனால மதிக்கும். இதுக்கு அப்படி இல்ல. அதேமாதிரி ஒரு பதிலுக்கான நெருக்கடி இதுகிட்ட அதிகமா இருக்கும்."

"பதிலுக்கான நெருக்கடின்னா?"

“ஒரு பிஸ்கட் பாக்கெட் பிரிச்சி நாய்கிட்ட போடப் போகும்போது, அது எந்த அளவுக்கு குதிக்கும்? அதுதான் நெருக்கடி கொடுக்குறது.”

“இது மனுசனுக்கு எப்படி?”

“லவ் சொல்றீங்க. நீங்க யோசிச்சு சொல்லுன்னு சொல்லுவீங்களா, இல்ல நாளைக்கே சொல்லு அப்படி இல்லன்னா நா என் வேலையப் பாப்பேன்னு சொல்லுவீங்களா?”

“யோசிச்சிச் சொல்லுன்னுதான் சொல்லுவேன். கடைசிவர வாழப்போறோம்ல உடனே முடிவு எடுத்தா எப்படிச் சரிவரும்?”

“ஆனா, நல்லா கவனிச்சா நாளைக்கே சொல்லு, இல்லன்னா நா என் வேலையப் பாப்பேன்னு சொல்றதுல எந்தத் தப்பும் இல்லாத மாதிரி தெரியும்.”

“ஆமா. இல்லைன்னு சொல்லிட்டா நம்ம வேலையப் பாப்போம் கரெக்ட்தான?”

“இல்லன்னு சொன்னா கவலையே இருக்காதா? வேலைய பாத்துட முடியுமா?”

“... ... ...”

“அப்போ இல்லன்னு சொல்லிட்டா, அவுங்க, அவுங்க வேலயப் பாப்பாங்க கரெக்டா?”

“ஆமா”

“பொண்ணுங்களுக்கு இது எப்படித் தோணும்னா நம்மமேல ரொம்பப் பாசம் வச்சிருக்கான் விட்டுறக்கூடாதுன்னு நெனைக்கிறான்னு தோணும். அதுனாலதான் நாளைக்கே சொல்லுன்னு சொல்றான். அதேசமயம் அவன் சொன்ன வார்த்தையெல்லாம் நம்பி இருந்தா இவன விட்டுடுவோமோன்னு பயமும் வரும். அந்தப் பயத்துல அவனக் கவனிச்சா அவன் சொன்னது எல்லாம் உண்மைன்னு ஆகிடும். இருந்தும், இந்தக் கேரக்டர்க்கு நல்லாவே தெரியும் பொண்ணு இல்லன்னுதான் சொல்லுவான்னு.”

“எப்படி?”

“பொண்ணுதான் உள்ளதுலேயே புத்திசாலியான விலங்கு. எல்லா விலங்கோட குணமும் இங்க இருக்கிறதுனால மத்தவங்க உணர்வ புரிஞ்சு பதில் சொல்ற விலங்கும் இருக்கு. நாய்

கற்பனையில வாழும். அது சொல்றத நம்பவைக்க என்ன வேணும்னாலும் செய்யும். ஒரு விஷயத்த எப்பயும் ஞாபகம் வச்சுக்கோங்க. எந்தவொரு விஷயமும் நாம எதிர்பார்க்கிற மாதிரி அப்படியே இருக்குன்னா அது நாடகம்."

புருவங்களை உயர்த்தினான்.

"பொண்ணுக்கு எப்போதுமே உள்ளூர ஒரு பயமும் சந்தேகமும் இருக்கும். பயம் எதுக்குன்னா பழகிட்டா பையனுக்கு பத்து மாசம் இல்ல பொண்ணுக்குதான். சந்தேகம் ரெண்டுபேருக்கும் இருக்கும். ஆணா இருந்தாலும் பொண்ணா இருந்தாலும். ஏன்னா எந்தவொரு உயிரினமும் நா ஏமாந்துட்டன்னு ஏத்துக்கவே ஏத்துக்காது. அதோட வலி கடுமையா இருக்கும். அதுலதான் பழி வாங்குறது. கொலை பண்றது எல்லாம். அப்படி இருக்கப்ப இவன் நம்மள ஏமாத்துறானா? இல்லையான்னு தெரிஞ்சுக்க, அவன்கிட்ட 'இல்ல'ன்னுதான் பொண்ணு சொல்லும்.

ஆனா, நெருக்கடி ரொம்ப அதிகமா இருந்தா பொண்ணு பயத்துல ஓகே சொல்லிட்டு, மறுபடி யோசிச்சி வேணாம்னு சொல்லும். அதுக்குள்ள அந்தக் கேரக்டர், அவ 'ஓகே'ன்னு சொன்னத விளம்பரப்படுத்தி இருக்கும். அதுனால கஷ்டப்பட்டுருவாங்களோன்னு பற்றுள்ள விலங்கு மறுக்கத் தயங்கும். ஓகே, சொன்னத விளம்பரப்படுத்துனவன் இல்லன்னு சொன்னா அதையும் விளம்பரப்படுத்துவான். அப்போ எல்லாரும் நம்மள தப்பா நினைப்பாங்கன்னு மறுக்கத் தயங்கும். அந்தத் தயக்கத்துல அது மனரீதியா பல துன்பங்கள அனுபவிச்சி, வேண்டாம்னு சொல்லும்போது அது தன்னையே இழந்து இருக்கும்.

இதே, இல்லன்னு சொல்றப்ப, அவன் நமக்காகக் கவலைப்படறான, இல்லையான்னு தெரிஞ்சுக்க நினைக்கும். நாய் நாடகத்துல கில்லாடி. நாம ஒருதடவ நாய அடிச்சிட்டா அடுத்ததடவ கிட்ட போறப்ப அப்படியே படுத்துக் கவலையா வாலாட்டும். அதப் பார்க்கிறப்ப நமக்கே பாவமா இருக்கும். அப்பறம் தடவிக்குடுப்போம். அதேதான் இங்கயும். அப்படி அந்தப் பொண்ணு பாக்குறப்போ கவலை கோபம் இரண்டும் கலந்து அவ எதிர்ப்பார்க்குற நாடகம் அரங்கேறும். அதுக்கப்பறம் நடக்குறது விதி."

"பொண்ணு ஏன் மத்தவங்க தப்பா நெனைப்பாங்கன்னு யோசிக்கணும். தைரியமா சொல்லவேண்டியதுதான?"

“பொண்ணுக்கு உணர்வு, உணர்ச்சி இரண்டுமே ஆணைவிட பலமடங்கு அதிகம். இதுல எது பாதிக்கப்பட்டாலும் அதோட வலி அவளுக்குத்தான் தெரியும்.”

“அதுக்காக சொல்லாம தாங்கிக்கிட்டே இருப்பாங்களா?”

“சொன்னா ஆம்பளன்னு சொல்ற நாம சும்மா இருப்போமா? இவ இப்படிப்பட்டவ நாமளும் இவள அனுபவிப்போம்னுதான் யோசிப்போம். அப்போ அவளுக்கு மேலமேல கஷ்டம்தான்.”

“பொண்ணுங்கதான் புத்திசாலின்னு சொன்னீங்க. அப்பறம் எப்படி அவங்க எல்லாம் ஏமாறுராங்க?”

“நாய்கிட்ட மட்டும் ஈஸியா யாரா இருந்தாலும் உணர்வு அடிப்படையில ஏமாறுவாங்க.”

“எப்படி?”

“நாய்மேல எல்லாருக்கும் இங்க கருண இருக்குல...” என்றவன், “எப்போதுமே பொண்ணா இருந்தாலும் சரி, பையனா இருந்தாலும் சரி, தெரியாதத ஒத்துக்கக் கூச்சப்படுவோம்.”

‘ஆம்’ என்று தலையசைத்தான்.

“இந்தக் கேரக்டர் தனக்குத் தெரிஞ்சத அதுதான் உண்ம நியாயம்னு சொல்லும்; செய்யும். அப்போ அது முட்டாள்தனமா இருந்தா நமக்கு அதப் பார்த்துச் சிரிப்பு வந்துடும். ஒருதடவ நாம ஒருத்தவங்க செயலப் பார்த்தோ, இல்ல நெனைச்சியோ சிரிச்சாலே நாம அவங்கள கவனிக்க ஆரம்பிப்போம். ஆரம்பத்துல கவனிக்க கவனிக்க அவங்க வார்த்தையக் கவனிப்போம். நாயோட குணம் எப்போதுமே நடுநிலை. அப்போ அதோட வார்த்த தன்ன மட்டுமே முன்னிலைப்படுத்தி இருக்கும். தன்னப்பத்தியே வார்த்தை இருக்கும்போது அவங்களப் பத்தி அவங்க, நம்ம மனசுல கோட்டையக் கட்டுவாங்க. அப்போ நமக்கு, இவங்களுக்கு எல்லாமே தெரியும்போலயே எல்லாமே செய்யும் போலயேன்னு யோசிக்க வைக்கும். நாய்க்கு வாலாட்டா நல்லா தெரியுந்றதுனால எல்லாரையும் தெரிஞ்சிவச்சிருக்கும். சாதாரணமா ஒருத்தர நாம முதல்தடவ பாக்கும்போது ‘வாங்க போங்’கன்னு மரியாதையா பேசுவோம். ஆனா, இதே விசயத்த இது தலயில தூக்கிவச்சிப் பேசும்.

யாரா இருந்தாலும் எந்த வேல செஞ்சாலும் நான்தான் அதுல தலைச்சிறந்தவன்னு நெனச்சிட்டுத்தான் செய்வாங்க. அத அப்படியே

அவங்ககிட்ட சொல்லும்போது அவங்க மனசு மகிழ்ச்சியாகிடும். அதுல அவங்கமேல ஒரு தனிப்பட்ட பாசம் ஒன்னு உருவாகும். அதாவது, கற்பனையில நாம இப்படி இருக்கோம் அப்படி இருக்கோம்ன்னு நெனச்சிட்டுதான் ட்ரெஸ் பண்ணிட்டு வருவோம். அப்படி வரப்ப அந்தக் கற்பனைய அப்படியே நம்மகிட்ட சொன்னா நமக்கு றெக்க முளைச்சிடும். அதச் சொல்றவங்கள்ட்ட நம்ம மனசு நம்மள கேக்காம பறிபோகும். நாம எதிர்பாக்குற மாதிரி எந்தச் செயல் அப்படியே இருந்தாலும் நடந்தாலும் அது நாடகம். இதுல நம்ம கற்பனையில இப்படி அப்படின்னு நெனச்சிட்டு வந்தத அப்படியே ஒருத்தவங்க சொன்னா அது நாடகம். ரொம்ப மிகைப்படுத்திச் சொல்லி நம்மள நம்பவைக்கிறப்போ நம்ம மனசுல ஏதோ ஒரு ஓரத்துல சின்னதா உறுத்தும். ஆனா பாராட்டும்போது நம்ம மூளை மத்த எதப் பத்தியும் யோசிக்காது. மனசு குளுரும். அந்த நாடகம் முடிஞ்சதும், என்ன நடந்ததுன்னு யோசிக்கும்போது இது நாடகமான்னு நம்ம மனசு யோசிக்கும். அடுத்ததடவ இப்படி விடக்கூடாதுன்னு முடிவு செய்யும். ஆனா புன்னகையும் பாராட்டும் ரொம்ப மிகைப்படுத்துறதும் நம்மள மறுபடியும் கற்பனை உலகத்துக்குக் கூட்டிப்போகும். இது எப்படின்னா, நாய்மேல எவ்வளவு கோபம் வந்தாலும் அது வாலாட்டி நாடகம் போடும்போது அத மறந்துடுவோம் மன்னிச்சிடுவோம். அதேதான் மனுசனுக்கும். அதையும் மீறி நாம யோசிக்கும்போது நம்மள உணர்வுப்பூர்வமா தாக்கி யோசிக்க முடியாத மாதிரி செய்றது."

"உணர்வுப்பூர்வமானா? மிகைப்படுத்திச் சொல்றதுனா?"

"இப்போ உங்க ஃப்ரண்ட்ஸ் உங்ககிட்ட ஒரு விஷயத்த சொல்றாங்க. அது பொய், நம்மளவச்சி விளையாடுறாங்கன்னு யோசிச்சி நீங்க நம்பமாட்றீங்க. அப்போ உங்க ஃப்ரண்ட்ஸ்லாம் உங்கள நம்பவைக்க இவன்ட்ட கேளு, அவன்ட்ட கேளுன்னு சொல்லுவாங்க."

"இதுல என்ன? இது எல்லாரும்தான் இப்படிப் பண்ணுவாங்க விளையாட்டுக்கு. ஃப்ரண்ட்ஸ்னா அப்படித்தான்."

"முழுசா கேளுங்க."

"ம்..."

"எல்லாரும் நம்பவைக்க முயற்சி செய்வாங்க. இந்தக் கேரக்டர் நீ நம்பித்தான் ஆகணும்னு சொல்லும்."

"எப்படி?"

“எல்லாரும், ஆமா ஆமா இதான்னு, அது இதுன்னு சொல்லி நம்பவைக்க முயற்சி செய்வாங்க. இந்தக் கேரக்டர் எப்படிச் சொல்லும்னா, ‘நீ உன் பொன்டாட்டியக்கூட நம்பமாட்ட போலயே’ன்னு நம்ம உணர்வத் தாக்கிச் சொல்லிச் சிரிக்கும். இது காமெடி மாதிரி இருந்தாலும் இப்படிச் சொல்லும்போது, இப்படிச் சொல்றாங்களே நம்புவோம்னு மனசு நம்பும். இதக் கவனிச்சா, நம்ப உணர்வத் தாக்கி, நீ நம்பித்தான் ஆகணும்னு சொன்னமாதிரி இருக்கும். உண்மைச் சலனமற்றது. அதுக்கு ஆதாரம் கூப்பாடு, கூச்சல் எதுவும் தேவையில்ல. பொய்க்கு எல்லாமே உண்டு. உண்மை நம்பவைக்க முயற்சி செய்யாது. பொய் நம்பகத்தன்மையோட நம்பித்தான் ஆகணும்னு சொல்லும். உண்மைக்கு நம்பவைக்க முயற்சித் தேவையில்ல. பொய்க்கு நெறைய தேவ. இதுல பொண்ணுங்களுக்கு உணர்வு, உணர்ச்சி ரெண்டும் ரொம்ப அதிகம். அவங்கள உணர்வுப்பூர்வமாத் தாக்கி நம்பவச்சி ஏமாத்த நாயால முடியும். ஏமாந்த பொண்ணோட மனநிலை எப்படி இருக்கும்னு நா சொல்லவேண்டியதில்ல. அவனப் பழிவாங்கிட்டுத்தான் அடுத்த வேலப் பார்ப்பா. பழிவாங்க முடியாத மாதிரி இருந்தா, பழிவாங்கணும்னு யோசிச்சியோசிச்சி அவங்க வாழ்க்க நரகமாகிடும்.”

“உண்மைய சொன்னாலுமே நம்பமாட்றாங்களே.”

“உள்ளத உள்ளபடிச் சொன்னா நம்புவாங்க. மென்னு முழுங்கி நீங்க சொல்றது அவங்களுக்கு நல்லாவே தெரியும். நானும் பையன்தான் நாம எப்படிச் சொல்லுவோம்னு எனக்குத் தெரியும்.”

“எல்லாருமே பொய்தான சொல்றோம். நாய்க்கு மட்டும் ஏன் இப்படிச் சொல்றீங்க.”

“உண்மைய முழுங்கி குறைச்சித் தேவயானத மட்டும் சொல்லும்போது அது பொய்ன்னு கண்டுபிடிக்க முடியும். இதுதான் உண்மன்னு ஒரு பொய்யச் சொல்லும்போது அதக் கண்டுபுடிக்க உடனே முடியாது. நம்ம யோசிச்சத வேற ஒரு விதமா, தனக்குச் சாதகமா சொல்லும்போது பொய்ய உடனே கண்டுபிடிக்க முடியாது. நாய் கற்பனைய உண்மைன்னு சொல்லும். நம்பித்தான் ஆகணும்னு சொல்லும். அதுக்காக என்ன வேணும்னாலும் பண்ணும்.”

“... ... ...”

“மனசு எங்க சஞ்சலப்பட்டாலும் அங்க நீங்க ஏமாறுறீங்கன்னு அர்த்தம். இந்தக் கேரக்டர்ல இன்னொரு விஷயம் என்னன்னா.

சொல், வார்த்தை இதெல்லாமே தன்னப்பத்தி மட்டும்தான் இருக்கும். யார் ஏதாவது சொல்ல வந்தாலும் அது எனக்கு ஏற்கனவே தெரியும்னு சொல்லும். அதேமாதிரி எந்தவொரு விஷயத்தையும் கேக்காது. சொல்லும்."

"சொல்லும்னா?"

"நாம தோச சாப்டுட்டு இருக்கோம், 'என்ன தோச வாசன வருது?' அப்படின்னா நாம என்ன செய்வோம்."

"தோச சாப்பிடுறியா கேட்டு, தோசக் குடுப்போம்."

"ஆனா, அவன் தோசக் கேட்டானா?"

"இல்ல, வாசன வருதுன்னு சொன்னான்."

"நீங்க ஏன் சாப்பிடுறியா கேட்டீங்க?"

"அதுக்கு அதான அர்த்தம்."

"அவன் உங்ககிட்ட எனக்கும் தோசக் குடுங்கன்னு கேட்கலையே. நாம சாப்டுறோம் அந்த வாசன வருது. அதத்தான சொல்றான். அப்போ அவனுக்குத் தேவன்னு ஒன்னு இருந்தா உள்ளத சொல்லுவான். அத நாமளா புரிஞ்சிகிட்டு அவனுக்கு வேணும்ங்றத செய்யணும்னு அவன் செய்றதுதான இது. இதுதான் நாயோட குணம். இதுதான் குறிப்பறிதல்."

"ஆமா, ஆமா எனக்கும் தெரிஞ்ச ஒருத்தன் இருக்கான். அவன் அப்படித்தான். அவனுக்குத் தெரிஞ்சத உண்மன்னு சொல்லிடுவான். அப்போ, நா அவனுக்கு எல்லாத்தையும் எடுத்துச் சொல்லிட்டு இருப்பன். இது இப்படி அது அப்படின்னு. ஆனா அதே விஷயத்த அவன் வேற ஒருத்தவங்ககிட்ட அவனுக்குத் தெரிஞ்சதா சொல்லிட்டு இருப்பான்."

"எக்ஸாக்ட்லி. அதேமாதிரி நாம அவன கவனிக்க கவனிக்க அவன் பேசுறதக் கேப்போம். அப்படிப் பேசுறப்ப அது முழுக்கமுழுக்க அவனப் பத்தியே இருக்கும்போது நம்ம மனசுக்குள்ள, அவன் அவனோட கோட்டயக் கட்டிவச்சிருப்பான். ஆனா, அவனக் கவனிக்காம அவன் என்ன பண்றான்னு யோசிச்சா, அந்தக் கோட்டை ஒரே செகண்ட்ல தூள்தூளாப் போயிடும்."

"இப்படிலாம் தெரிஞ்சா அந்தக் கேரக்டர அடிக்கமாட்டாங்களா. அதும் பொண்ண ஏமாத்துறப்போ சும்மா விடுவாங்களா?"

“இதோட குணம் கூட்டம் சேர்க்கும். தனக்கு ஆதரவா மத்தவங்கள குரல்கொடுக்க வைக்கும். நாய்க்குப் பற்றுக் கிடையாது. நீங்க கொடுக்கலன்னா மத்தவங்ககிட்ட வாங்கிக்கும். இங்க இல்லன்னா அங்க. அப்படி இருக்கும்போது பிரச்சன என்னைக்காவது வரும்ன்னு அதுக்கு நல்லாவே தெரியும். அதுக்கு சுத்தி இருக்கவங்க எல்லார்கிட்டயும் வாலாட்டி அவங்களுக்கு வேண்டிய வேலய செஞ்சி கொடுத்து, இல்ல அவங்களப் பாராட்டிப் பேசி, தன்னப் பத்தி ஒரு பாவ மனநிலைய ஏற்படுத்தி வச்சிருக்கும். அப்படி இருக்கும்போது நமக்கு நடந்தத வச்சி, நாம போயி கேட்டா, இல்ல சண்டபோட்டா பக்கத்துல உள்ளவங்களும், ‘எதா இருந்தாலும் இப்படிப் பேசாதீங்க. அப்பறம் பேசிக்கலாம்னு’ சமரசம் செய்ய வருவாங்க. நம்ம மனநிலை நமக்குதான் தெரியும். அந்த நேரத்துல சமரசம் செய்ய வரவங்க மேலயும் நாம கோபத்துல வார்த்தைய விடுவோம். அப்படி சமரசம் பேச வரவன் பற்றுள்ள குணம் கொண்டவனா இருந்தா, அந்தப் பற்ற நாயோட குணம் உள்ளவனுக்காக காட்டுவான். அப்போ அவனுக்காக இவன் எதையும் செய்வான். அதுல அதுக்கு வலிமை சேரும். ஆள் சேரசேர நம்ம மேல தப்பே இல்லன்னாலும் நம்மளாள எதுவும் செய்யமுடியாது. இதேதான் நாயும் செய்யும். ஒரு நாய் குலைக்க ஆரம்பிச்சா எல்லா நாயும் குலைக்கும். குலைக்க வைக்கும்.” என்று ராம் கூறியது அவனை அமைதிப்படுத்தியது.

ராம் தொடர்ந்தான், “அதுலயும் ஒருத்தன நீங்க அடிச்சா, அவன் தப்பே பண்ணியிருந்தாலும் நீங்கதான் குற்றவாளி. அதேமாதிரி பொண்ண ஏமாத்துறது சொன்னீங்கள்ல. பொண்ணு எங்கயும் ஏமாறாது. பொண்ணுங்களுக்கு நல்லாவே தெரியும். ஆனா, தனக்குதான் எல்லாம் தெரியும்னு செய்யும்போதுதான் எல்லாப் பிரச்சனையும். உங்கள, என்ன எல்லாம் உருவாக்குனதே அவங்கதான். அவங்களுக்கு வேல செய்ய ஒரு ஆள் வேணும். அந்த ஆள்தான் நாம. ஆனா நமக்கு, அதாவது ஆம்பளைக்கு, உனக்கு வேல செய்யணும்னா, நீ எனக்கு மட்டும்னு ஒரு கண்டிஷன். அப்போதான் சமூகத்தில அமைதி இருக்கும். இல்லைன்னா மனுசன் உடம்புக்குள்ள குரங்கு இருக்காது. மனுசனே குரங்காத்தான் இருப்பான்.”

“... ... ...”

“பொண்ணுங்கள ஏமாத்த முடியாது. யாரையும் யாரும் ஏமாத்த முடியாது. எல்லாருமே அவங்க உணர்வுக்குத்தான் விசுவாசமா

இருப்பாங்க. அந்த உணர்வுக்கு உண்மையா இருக்கிறப்ப நடக்கிற நாடகம்தான் காதல்.”

“இந்தக் கேரக்டர்கிட்ட எப்படித் தப்பிக்கிறது?”

“பார்க்க நல்லவனா இருக்கான். நீட்டா டிரெஸ் பண்ணி இருக்கான். அப்படி இருக்கான் இப்படி இருக்கான்னு நம்பக்கூடாது. வெளித்தோற்றம் என்பது கற்பனை. அடுத்து, ஒலி, நளினம் இத ஞாபகம் வச்சிக்கோங்க. ஒரு விசயத்த வார்த்தையா சொல்லும்போது அத எந்த ஒலியில எந்த உணர்வோட சொல்றோங்றத பொறுத்து அதோட அர்த்தம் மாறும்.

‘பெரியசாமியோட மகன் குமரன்’னு வச்சிப்போம். ஒருத்தவங்க குமரனப் பார்த்து சொல்றாங்க, ஒரு நாலு அஞ்சுபேர் அங்க உக்காந்து இருக்காங்க, ‘பெரியசாமி மகனா, ஜாடையே இல்லை’ன்னு சொன்னா என்ன அர்த்தம்?”

“... ... ...” அவனுக்குக் கோபம் வந்தது.

“கோபப்படாதீங்க, இதுக்கு இன்னொரு அர்த்தமும் இருக்கு. அப்படி நீங்க கோபப்பட்டுக் கேட்டா அவங்ககிட்டேந்து ‘அம்மா மாதிரிபோல’ன்னு பதில் வரும். இப்படி ஒரு விசியத்துக்கு நடுவுல பேசி, நம்ம வாய அடைக்கிறது. அத சமம்னு சொல்லிக்குவாங்க. ஆனா, இப்படி நடுவுல பேசி அவங்க எந்தப்பக்கம் சொல்றாங்கன்னு நாம யோசிச்சிட்டு இருக்கப்ப, நாம அந்த இடத்துல உள்ளவங்க முன்னாடி அசிங்கப்பட்டுருப்போம். கோபப்பட்டுக் கேட்டாலும் நாமதான் முட்டாள். கேக்காட்டியும் நமக்குதான் அசிங்கம். இது நம்ம உளவியல் சார்ந்து கண்டிப்பா பாதிக்கும். எப்போதுமே நம்மள அறியாம ஒரு உணர்வு தலைதூக்குதுனா அத நம்பக்கூடாது. நெருக்கடி அதிகமா இருந்தா அவன் மிகப்பெரிய திருடன்னு தெரிஞ்சுக்கணும். நாய் எப்போதும் ஏங்கிகிட்டே இருக்கும். எதப்பேசினாலும் எனக்குக் கிடைச்சா, என்கிட்ட இருந்தா என்ன பண்ணுவன்னு பேசிப்பேசி கருணைய உருவாக்கி, அதுகிட்ட குடுப்போம்னு நம்மள மத்தவங்ககிட்ட பேசவைக்கும்.

ஏக்கத்தின் வெளிப்பாடு உண்மைக்குப் புறம்பானது.

இந்த குணத்துக்குப் பொருந்துற ஒரு திருக்குறள்கூட இருக்கு. குறள் 849”

“அது என்ன குறள்?”

“தேடிப் படிங்க”

"... ... ..."

"இந்த நொடிதான் நிரந்தரம்னு வாழ்றது நாய். இப்போதைக்கு எனக்கு வேணும்னு அதுக்காக அது என்ன வேணாலும் செய்யும். இப்படி முன்னாடி, அதாவது இயற்கையோட ஒன்றி இருந்தப்ப இருக்கமுடியாது. இருந்தாலும், அடிச்சி வெரட்டிடுவாங்க. அப்போ பணம் முக்கியம் கிடையாது குணம் மட்டும்தான்.

இப்போ, பணத்த மட்டும் வச்சி வாழ முடியும்னு இருக்குற இந்தக் காலகட்டத்துல நாயால ரொம்ப ஈஸியா வாழமுடியும். இந்த நொடி, நா உங்கள ஏமாத்துனா போதும். அதுல வர லாபத்துல, அடுத்து அதவச்சி நா இன்னொருத்தர ஏமாத்திடுவன். அத நீங்க கண்டுபிடிச்சாலும் இன்னைக்கு இங்க இருக்குற நா, நாளைக்கு எங்க வேணாலும் போகமுடியும். எனக்கு என் வாழ்க்கதான் முக்கியம்னு தன்னப்பத்தி மட்டுமே யோசிக்க நாயால முடியும். அப்படி இருக்குற குணம்தான் நாயோட குணம்.

மத்த விலங்கும் யோசிக்கும். ஆனா அதுனால மத்த விலங்குக்கும் பயன் உண்டு. நாயால யாருக்கும் பயன் இல்ல. அது தன்னப்பத்தி தனக்கு என்ன வேணும்னு மட்டும்தான் யோசிக்கும். தன்னப் பிரபலப்படுத்திக்க, பெரிய ஆளா காட்டிக்க என்ன வேணாலும் செய்யும். புதுசா அந்தக் கேரக்டர்ட்ட பழகும்போது, அதோட வெளித்தோற்றம், நடவடிக்கைய வச்சி பெரிய ஆளா தன்ன, நம்மகிட்ட கற்பனையில உருவாக்கி அத நம்பவச்சி நம்மள்ட்ட அபகரிக்கும். அதாவது பிச்ச எடுக்கும். திமிர் அதிகமா இருக்கும்; எல்லாம் தெரிஞ்சமாதிரி. ஆனா எதாவது கேட்டா அதுக்குத் தெரிஞ்ச அளவுல அதுதான் உண்மன்னு நம்பவைக்கும். அது சொல்றது பணம் இருக்குற இந்தக் காலத்துல இந்த நொடிதான் நிரந்தரம்னு வாழுற இந்தக் காலத்துல ஏத்துக்கக் கூடியதாவும் இருக்கும். ஆனா பற்றுள்ள விலங்குக்கு இது ஒத்துவராது.

கற்பனையில வாழுற விலங்கு நாய். அதேதான் நாய் குணம் உள்ள மனுசனுக்கும். அவனோட கற்பனையில வாழ்ந்து, தன்ன ஒரு பெரிய சாதிச்ச மனுசனா நெனச்சிக்கிட்டு எதுவுமே செய்யாம அந்தக் கற்பனையோட, அந்தக் கற்பனையில வாழ்றமாதிரி அப்படியே நெனைச்சிப் பேசும். அப்போ நமக்கு மனசுல உருத்தும். ஏன்னா பெரிய சாதனை செஞ்சவன் எல்லாம் அடக்கமாத்தான் இருப்பான். எதுவுமே செய்யாம அப்படியே எதாவது செஞ்சிருந்தாலும் தான்தான் பெரிய ஆளுன்னு நெனச்சிப் பேசுற நடந்துக்குற யாரையும் யாரும் ஏத்துக்கமாட்டாங்க.

அந்தக் கற்பனையில மத்தவங்ககிட்ட பேசும்போதும், அதாவது சாதிச்ச, நல்லது செஞ்ச இன்னொருத்தவங்ககிட்ட பேசுறப்பகூட, நா உன்னவிட பெரிய ஆளுங்ற கற்பனையில அப்படியே பேசும். அப்படிப் பேசுறப்ப அவங்களுக்குக் கோபம் வரும். அப்படிக் கோபப்பட்டு அவங்க பேசும்போது அவங்ககிட்ட தகவல வாங்கி தெரிஞ்சிகிட்டு தனக்கு முன்னாடியே தெரிஞ்சதா காட்டிக்கும்.

பணத்த வச்சி பிச்ச எடுத்து இந்த நொடில, இப்படியெல்லாம் செஞ்சி மத்தவங்கள புண்படுத்தி அவங்கள முட்டாளா சிந்திக்கவச்சித் தன்னோட கற்பனைய உண்மைன்னு நம்பவச்சி ஏமாத்தி வாழ நாயால முடியும். அது அதோட குணம். அந்தக் குணத்த நாம தெரிஞ்சிகிட்டா போதும். அதுகிட்ட தப்பிச்சிடலாம்."

"அந்தக் குணம் உள்ளவங்க கற்பனையில நல்லவங்களா இருந்தா?"

"இந்த நொடிதான் நிரந்தரம்னு சொல்ற எந்தக் கற்பனையும் நல்ல கற்பனையா இருக்காது. என் வாழ்க்கைய மட்டும் நா வாழ்ந்தா போதும் மத்தவனப் பத்திக் கவலை இல்லன்னா, இங்க தானம் தர்மம் இருக்காது, மிச்ச மீதி இருக்காது. இங்க கல்வி, பொறுப்பு, அதிகாரம்ங்றது எல்லாருக்கும் எல்லாம் கிடைக்குறதுக்கு. என்கிட்ட வந்தாதான் கிடைக்கும்னு இல்ல. நாய்கிட்ட பொறுப்புக் குடுத்தா, அத நாம பெரிய ஆளா நெனச்சி நடத்தணும்னு எதிர்பார்க்கும். எல்லாமே எனக்குத் தெரியும்னு நம்மளக் குழப்பிக் கூனி குருகவைக்கும். அதோட கற்பனைய உண்மையாக்க நம்மளயும் அதோட நாடகத்துல நடிக்கவைக்கும்."

"எந்த மாதிரி சொல்றீங்க?" என்று மென்மையாகக் கேட்டான்.

"யாராவது ஒரு விசயம் சொல்லும்போது இவங்க இந்த விதத்துல இப்படிச் சொல்றாங்கன்னு நாம புரிஞ்சிப்போம்ல..."

"ஆமா."

"அப்போ என்ன தோணுதோ அதுதான் உண்மை. அதுக்கு அப்பறம் நாம யோசிச்சி, இது தப்பா இருக்குன்னு கேக்கும்போது நா அப்படிச் சொல்லல, இப்படிச் சொன்னன்னு சொன்னா அது நாடகம். அது பொய். எப்போதுமே ஒரு விசயத்த நாம எதிர்மறையாத்தான் புரிஞ்சிப்போம். ஏன்னா எதிர்மறையா புரிஞ்சிக்கிறது நம்மளப் பாதுகாத்துக்க. எதிர்மறையாவே ஒரு விசயத்தச் சொல்லி நீங்க இப்படிப் புரிஞ்சிகிட்டிங்கன்னு சொல்றது எல்லாமே நாடகம்.

"எப்படி?"

"நாம ஒவ்வொரு நேரத்துலயும் ஒவ்வொரு மனநிலையில இருப்போம். அப்படி இருக்கப்ப பேசுறவங்களுக்கும் நம்ம மனநில புரிஞ்சி இருந்தாதான் நாம பேசுவோம். அப்படி இல்லாதப்ப பேசமாட்டோம். நம்ம மனநிலைய நம்மகூட இருக்கவங்கதான் உருவாக்குவாங்க. அப்போ நமக்கு என்ன தோணுதோ அதுதான் உண்மை.

அதுக்கு அப்பறம் நம்ம மனநிலை மாறும். அதுக்கு அப்பறம் முன்னாடி நாம செஞ்சது தப்புன்னு நெனச்சி, திரும்ப நம்மளே அவங்க செஞ்ச தப்புக்கு மன்னிப்புக்கேட்டு சமாதானம் ஆகி பேசுவோம். ஆனா, அதே தப்பு மறுபடியும் நடக்கும். திரும்பத்திரும்ப நடக்கும்போதுதான் நாம ஏமாந்தது நமக்குத் தெரியும். மனசு ஒருநிலை படாதவரைக்கும் நாய் குணம் உள்ளவங்ககிட்ட ஈஸியா இப்படி ஏமாற முடியம். ஒரு தப்ப ஒத்துக்கிறதுனால ஒருத்தவங்க யோக்கியன் கிடையாது. தப்புன்னா தப்புதான். தப்ப ஒத்துக்கிட்டு தெரியாமப் பண்ணிட்டன்னு சொல்றது நாடகம். இத இந்தக் கேரக்டர் ரொம்ப கேசுவலா சொல்லும். எதையுமே ஒரு பொருட்டா மதிக்காது. தன்னோட கற்பனையில வாழ்றத உண்மையா நடக்குறதா நெனச்சிகிட்டு வாழும். எப்போதுமே கற்பனையா ஒருத்தன் பேசிட்டே இருக்கானோ அவன் நம்மள நம்பவச்சி ஏமாத்திக்கிட்டு இருக்கான். புலி வந்தாகூட நாய் குலைக்கும். அதுக்காக அதுக்கு வீரம் இருக்கு தைரியசாலின்னு அர்த்தம் கிடையாது. வேட்டையாடி சாப்பிடுற எல்லா விலங்குமே பயப்படும். நாய்க்குப் பயம்னு இல்ல எதுவும் இருக்காது. பிச்ச எடுக்குற விலங்குக்கு எதுவும் தேவையில்லை. நாடகம் மட்டும் போதும். உழைக்குற வேட்டையாடுற விலங்குக்கு எல்லாமே உண்டு. இப்போ நாம காச வச்சிக்கிட்டு கற்காலத்துலதான் வாழுறோம். இந்தக் காலகட்டத்துல நாய் ஈஸியா மத்த விலங்கப் பயன்படுத்தி வாழும். தான் ஏமாந்துட்டோம்னு எந்த விலங்கும் ஏத்துக்காது. இங்க விலங்குன்றது மனுசன். அப்படி இருக்கும்போது வன்முற தலைதூக்கும். ஆனா, இங்க நாயக் காப்பாத்தவும் சட்டம் இருக்கு. குலைக்கனும் கடிக்கக் கூடாதுன்னு சொல்றது நாய்க்கு மட்டும்தான் பொருந்தும். மத்த எந்த விலங்குக்கும் பொருந்தாது."

"... ... ..." அவன் விழித்தான்.

ராம் பொறுமையாக இருந்துவிட்டு, "நாம ஒரு கேள்வி கேட்க போயி, நாம பதில் சொல்லி கோபப்பட்டு வந்தோம்னா அங்க

நாடகம் நடக்குதுன்னு அர்த்தம். இந்தக் கேரக்டருக்கு எதுவுமே தெரியலன்னாலும் நா சொல்றததான் கேட்டாகணும்னு, நாம கேட்டதுக்கு சம்பந்தம் இல்லாத ஒரு விஷயத்த மிகைப்படுத்திச் சொல்லி நம்மள மனசளவுல காயப்படுத்தி, தன்ன உயர்வா நெனச்சிக்கும்."

"... ... ..."

"நம்மள அவமானப்படுத்தும், உதாசீனப்படுத்தும், நம்ம அதுகிட்ட பிச்ச எடுக்குறதா நம்மள கொண்டுவந்து அதுகிட்டேந்து விலகவைக்கும். நம்மகிட்ட இருக்குறத அபகரிச்சு நம்மளையே கேவலப்படுத்தி நாமளே அது வேண்டாம்னு முடிவு பண்ணிட்டு வர அளவுக்கு அதோட நடவடிக்கை இருக்கும். அது நமக்கு உழைக்காது. அதுக்குதான் நாம உழைக்கணும். நாம உழைச்சி சேத்து வச்சிருக்குறத பிச்ச மூலமா, பிச்ச எடுக்காத மாதிரி திருடும். நடக்காத ஒரு விஷயத்த நடந்தா எப்படி இருக்கும்னு மிகைப்படுத்தி நடந்த மாதிரியே பேசும். முக்கியமா சிரிப்பு. எந்த விஷயம் சொன்னாலும் எதுவா இருந்தாலும் அத சிரிப்போடதான் சொல்லும். அப்படி இல்லன்னா, தான்மேல கருண வரமாதிரி ஒரு சம்பவத்தச் சொல்லி, அதுமேல கவலைய ஏற்படுத்தி கருணைய உருவாக்கி இதுனாலதான்னு சொல்லும். எந்த இடத்துலயுமே நான் செஞ்சது தப்புன்னு ஒத்துக்கவே ஒத்துக்காது. அடியே வாங்குனாலும், அது எதுவுமே நடக்காத மாதிரி நான்தான் பெரிய ஆளுங்ற திமிரோடயே இருக்கும். ஏன்னா ஒருத்தன்கிட்ட அசிங்கப்பட்டு தன்னோட நாடகம் அம்பலமானாலும் இன்னொருத்தவன நம்பவைக்கணும். அப்போதான் அது பிச்ச எடுக்க முடியும்; நாடகம்போட முடியும். மானம் உள்ளவன்கிட்ட மட்டும்தான் சண்டபோட முடியும். இந்தக் கேரக்டர்கிட்ட கேட்டும் பயனில்ல. எல்லா விஷயத்தைப் பத்தியும் வாய்வழித் தகவலா தெரிஞ்சிவச்சிருக்கும்."

"எப்படி?"

"நாய் என்ன பண்ணும்?"

"என்ன பண்ணும்னா?"

"வெளிலதான சுத்தும்"

"ஆமா, ஆமா" என்றவனின் குரலில் கவலைகள் குறைந்திருந்தன.

“அப்போ வெளியில சுத்துறப்ப தகவல் தானா வந்து சேர்ந்திடும். இந்த இடத்துல அந்தத் திருக்குறள ஒப்பிட்டுப் பாத்தா கரெக்டா இருக்கும்.

இந்தக் கேரக்டர நெனைச்சிப் பயப்படத் தேவ இல்ல. ஆனா தன்ன பெரிய அளவுல விளம்பரப்படுத்தும். அதுக்குக் கூடஇருக்கவங்களயும் பயன்படுத்தும்போது எதுவுமே செய்யாம அவங்க அறிவ வச்சி அதுவும் வளரும்.

உண்மைச் சலனமற்றது.

நாடகத்துக்குத்தான் அலங்காரம், மேடை, இசை எல்லாம் தேவ. உண்மைக்கு இது எதுவுமே தேவ இல்ல.”

“ம்ம்ம். புரியுது. ஆனா, ஏன் இவ்வளவு சொல்லணும்”

“அமைதிக்குதான்.”

“இத அவங்களுக்கு சொல்லிக்கொடுத்து மாத்த முடியாதா?”

“முடியாது”

“ஏன்?”

“இயற்கைய யாராலயும் மாத்த முடியாது.”

“… … …”

“நீங்க நாய்க்குச் செய்யனும்னு நெனச்சா, நீங்க நாயா மாறுற வரைக்கும் அது விடாது” என்று ராம் கூறியதும் அமைதி நிலவி கலைந்தது.

“மத்த விலங்கோட குணமெல்லாம்?”

“அதுங்கள பத்திக் கவலப்படத் தேவையில்ல. அதுங்க ஏதும் பிச்ச எடுக்காது, அவ்வளவா. அப்படியே எடுத்தாலும் இதத் தெரிஞ்சுக்கிட்டா போதும். ஆனா, மத்த விலங்கு வேட்டையாடும். அந்த வேட்டைய உழைப்புல போட்டா அதுக்குப் பெரிய லாபம் கிடைக்கும். அதே உழைப்ப திருடுறதுல போட்டா பெருசா திருடும். அந்த மனநில அதோட வளர்ற சூழல வச்சிதான். அந்தச் சூழல பிச்சை எடுக்கிற விலங்குதான் முடிவு பண்ணும்.”

“நாய் அவ்வளவு ஆபத்தா?”

ராம் அவனைப் பார்த்தான்.

•

11

இருவரும் பேசிக்கொள்வது அவர்களைத் தவிர அவ்வப்போது அமைதியாக கடந்து செல்பவர்கள் காதிலும் விழுந்தது. எதையும் பொருட்படுத்தாது அவர்கள் பேசிக்கொண்டிருந்தனர்.

“நாய் அவ்வளவு ஆபத்தா? அதப் பார்த்து இவ்வளவு பயப்படணுமா?”

“நாய பாத்து பயப்பட வேணாம். ஆனா, அது பயத்த நம்ம கற்பனையில உருவாக்கும்.”

“ஏன் நாய மட்டும் டார்கெட் பண்ணி சொல்றீங்க?” என்று தவறவிட்ட ஒருசிலவற்றையும் கேட்கத் துடித்தான்.

“இந்தக் காலகட்டத்தில் யாரும் யாரையும் அடிக்கக் கூடாது. தண்டனன்றது கோர்ட்லதான் குடுப்பாங்க. அப்போ, அடிக்கக்கூடாது கொல்லக்கூடாது. ஆனா, வாய் பேசலாம். நல்லா கவனிச்சா நாய்க்குதான் நெறைய நண்பர்கள் இருப்பாங்க. யாரப் பாத்தாலும் வாலாட்டும். அப்போ ஒன்னு குலைக்க ஆரம்பிச்சா எல்லாம் சேர்ந்திடும். இதுங்க எப்போதும் கூட்டமாதான் சண்டைக்குப் போகும். கூட்டமா குலைக்குறப்ப நீங்க எதுக்கும் பதில் சொல்லமுடியாது. கூட்டமா குலைக்குறத வீரம்னும், அதுல அவமானப்படுற மத்த விலங்க ஜெயிச்சுட்டோம்னும் கர்வத்துல சுத்துற விலங்க என்னன்னு சொல்றது. நாய் தனியா இருக்கவே இருக்காது. அமைதியாவும் இருக்காது. எப்படியும் ஈஸியா அது ஃப்ரண்ட் புடிச்சிரும். இத அப்படியே மனுசனுக்கு வைங்க.

ஒரு க்ளாஸ் ரூம்ல எடுத்துப்போம். ஒரு சிலர் வாயே தொறக்கமாட்டான். ஆனா அவனுக்கு கம்ஃபோர்ட் ஆகிட்டுன்னா அவன கண்ட்ரோல் பண்ணவே முடியாது. இது மோஸ்ட்லி நாயத் தவிர மத்த எல்லா விலங்கோட குணமும் இப்படித்தான். ஆனா, நாய் எல்லாரையும்விட சீக்கிரம் அடாப்ட் ஆகிடும். உடனே ஃப்ரண்ட் புடிச்சிடும்.

நாய்கிட்ட உள்ள பிளஸ்ஸே வால் ஆட்டுறது. எந்தவொரு மனுசனும் தனக்குக் கீழ ஒருத்தன் இருக்கணும்னுதான் நெனைப்பான். அப்படி நெனைக்கக்கூடாதுன்னு சொன்னாலும் அத மாத்த முடியாது. ஆணின் குணம், அவனே ராஜா. அப்போ ஒருத்தவங்க, உங்களப் பாராட்டுறாங்கன்னா அதும் மத்தவங்க முன்னாடி பாராட்டுறன்னா இது இரண்டு விஷயத்தைக் காட்டும். ஒன்னு அவன் நம்மள பாராட்டி அவனுக்குக் கீழ நாம இருக்கோம்னும், அதேமாதிரி பாக்குறவன் கண்ணோட்டத்தில இவன்தான் பெரிய ஆளு போலவும், தோற்றத்த உண்டாக்க முடியும். இதுல எதும் தப்பு இருக்கா, அவன் என்ன பாராட்டுறதுலன்னு கேட்டா... கிடையாது.

ஆனா, என்ன மத்தவங்ககிட்ட பாராட்டிச் சொல்லி அவனோட தரத்த உயர்த்திக்க அவன் என்ன பண்ணியிருக்கான்? அவன் தகுதி என்னன்னு? மனசு கேள்வி கேட்கும். அப்படிக் கேள்வி கேட்க ஆரம்பிக்கும்போதுதான் அவனோட நடவடிக்கைய கவனிக்கவே ஆரம்பிப்போம். அப்போதான் தெரியவரும் இவன் என்ன செஞ்சிருக்கான், இவன் யாரு? இவன் நமக்குக் கீழ வேலப் பாக்கிறவன். அதுவும் நாம செஞ்ச வேலையில பாதிகூட செய்யாதவன். மத்தவங்ககிட்ட அறிவத் திருடித் தனக்குத் தெரிஞ்சதா பேசிட்டு இருக்குறவன், ஒரு பிரபலமான ஆள்கிட்ட நம்மள அறிமுகப்படுத்துறானான்னு அவன்மேல ஒரு பொறாமைய, கோபத்தத் தூண்டிவிடும்.

பொறாமைப் படக்கூடாதுன்னு சொல்றது சரி. ஆனா, பொறாமைப்படுறது மனித இயல்பு. பொறாம ஒருத்தவங்க மேல வந்துட்டுனாலே, அவங்க நம்மளைவிட பெரிய ஆளுங்கற கற்பனை நமக்குள்ள எரிய ஆரம்பிச்சிடும். அப்போ அவனத் தோற்கடிக்கணும், அப்படின்னு யோசிக்க ஆரம்பிச்சு செயல்பட ஆரம்பிச்சிடுவோம். நாம ஏற்கனவே அவன் செய்யாத பல வேலைய செஞ்சி வச்சிருப்போம். அது அவனுக்கு ஒரு பொருட்டாவே தெரியாது. அத அவன ஏத்துக்க வைக்கணும்னு நாம போராட ஆரம்பிச்சிடுவோம்.

தன்னைப்பத்தி மட்டுமே சிந்தனைகொண்ட ஒருத்தனுக்கு உலகையே ஆளுற அரசனைவிட தான்தான் சிறந்தவன்னு சிந்தனை இருக்கும். அப்போ அரசன் இவனோட நட்புக்கொண்டா இவன்மேல பொறாம வரும். மக்கள் அரசனக் கவனிக்கும்போது அரசன் இவனக் கவனிச்சா அரசு என்னாகும்?

ஆனா, நாயோட குணம் உள்ளவனுக்கு அவனோட நாடகம் ரொம்பநாள் நீடிக்காது. அதுனால அவன் ஒரே இடத்துல நிரந்தரமா இருக்கவே மாட்டான். அப்படியே இருந்தாலும் நாயோட வாழ்க்க கடைசி காலத்துல எப்படி முடியுமோ அப்படித்தான் முடியும்.

இந்தக் காலகட்டத்துல ஒருத்தன அடிக்கக்கூடாது, கொல்லக்கூடாது. ஏமாத்தணும் திருடணும் அதும் தந்திரமா. அப்படி இருக்கப்ப வெறும் வாய் சவடால் விடலாம். அதும் என்ன சொல்றோம்னு புரியாத மாதிரி சொல்லி, நடுநிலையா பேசி ஒருத்தர மனரீதியாக் காயப்படுத்த நாயால மட்டும்தான் முடியும். நீங்க நாய் சண்டையப் பார்த்தா தெரியும். கடிக்கவே கடிக்காது குலைச்சிக்கிட்டேதான் இருக்கும். கூட்டமா இருக்கப்ப கடிச்சிக்கும் இதேதான் மனுசனுக்கும். அவ்ளோ தைரியமா கொலைக்கிற நாய் கடிக்க வேண்டியதுதான. கடிக்காது. கடிச்சா அதுமேல எல்லாரும் கோபப்பட்டு அடிப்பாங்கன்னு தெரியும். அது காத்திருக்கும், யார் ஆரம்பிக்கணும்னு. அப்போதான் அதால பிச்ச எடுக்க முடியும். இதே புலி, சிங்கத்த கவனிங்க. சண்டன்னு வந்தா அதுதான் மொதல்ல அடிக்கும். ஏன்னா அது வேட்டையாடும். ஒரு யானைய வேட்டையாடுனா அத புலி, நரிலேந்து புழு, பூச்சிவரச் சாப்பிடும். அதோட தர்மம். அதோட குணம். அப்போ வேட்டையாடி நமக்குத் தருதுன்னு இருக்கும். ஆனா நாய்?"

"... ... ..."

"சிலபேர் இருப்பான், பேசவே மாட்டான். அமைதியா இருப்பான். எல்லா வேலையும் செஞ்சி இருப்பான், ஆனா, வாயே தொறக்கமாட்டான் (உண்மைச் சலனமற்றது). நாம எதப் பார்க்கிறோமோ அதுக்கு ஆப்போஸிட்டாதான் எல்லாருமே இருப்பாங்க. வெளித்தோற்றம் என்பது கற்பனை."

"எத வச்சி சொல்றீங்க?"

"சிறந்த வேட்டைக்காரன் வாய் பேசமாட்டான். அதேமாதிரி ரொம்ப அழகா ஒழுக்கமா இருக்கவன் (அழகு என்பது குணம்), அவன் அப்படி இருக்கான்னு சொன்னா நம்பவே மாட்டான்.

அதாவது, அட்டேன்ஷன் (*Attention*), கவனத்த ஈர்க்கணும்னு எதுவும் செய்யமாட்டான். இது எதுவுமே இல்லாதவன் கவனத்த ஈர்க்கனும்னு எல்லாம் பண்ணுவான். ஏன்னா 'யார நாம கவனிக்கிறோமோ அவன்தான் சிறந்தவன், அவனே சிறந்தவன்.' அவன் நம்ம கவனத்த ஈர்த்து இருக்கான்னு நாம நம்மள கவனிக்க ஆரம்பிக்கிறப்பதான் தெரியும்."

"இந்த அளவுக்குக் க்ளாரிட்டியா எப்படி இருக்கிறது. நடுநிலையில பேசுறதுன்னு எப்படிச் சொல்றீங்க."

"உங்களால ஏமாற்றத்த தாங்கிக்க முடியும்னா நீங்க க்ளாரிட்டியா இருக்க வேணாம். ஆனா, அப்படி இருக்க முடியுமான்னு நீங்க யோசிச்சுக்கோங்க. அப்படி இருக்க முடியாமத்தான் நீங்க புலம்புறீங்க. நடுநிலையா பேசறதுங்றது ஒண்ணும் இல்ல. எந்தவொரு விஷயத்தையும் உங்க வாயிலேந்து வர வைக்கிறது."

"எப்படி?"

"குறல் 849 மாதிரி. அவனுக்குத் தெரிஞ்சத, இல்லைன்னா அது சம்பந்தமா அவனோட கற்பனைய சொல்லுவான். அப்போ கேக்கிற நாம நாய் ஏதோ குலைக்குதுன்னு இல்லாம, 'அய்யய்யோ, அது அப்படி இல்ல'ன்னு அதுல நமக்குத் தெரிஞ்ச எல்லா விஷயத்தையும் மூச்சு முட்டுற அளவுக்கு அவனுக்குச் சொல்லிக் கொடுப்போம். ஏன் சொல்லித்தரோம்னா அவனைவிட நாம சிறந்தவன், எனக்கு இது தெரியும்னு காட்டிக்கத்தான். அதேசமயம், அவன் இத நம்மகிட்டதான் கத்துக்கிட்டான்னு வெளில சொல்லி நமக்கு நன்றியோட இருப்பாங்கிற ஒரு சுயபெருமையிலதான் அறிவக் கடத்துவோம். ஏதோ ஒருவகையில எனக்குத் தெரிஞ்சத உனக்குச் சொல்றன். எனக்கும் நெறையபேர் சொல்லித்தான், இப்போ நா இந்த இடத்துல இருக்கன். நீயும் இருன்னு அறிவக் கடத்தி வாழவும் சொல்லுவோம். இதுமாதிரி நாலு இல்ல அஞ்சு டைம் சொன்னதுக்கு அப்பறம்தான், இவன்ட்ட நாமதான் வாய்விட்டுட்டு இருக்கோம். அதவச்சிக்கிட்டு இவன் எல்லாம் தெரிஞ்சமாதிரி நம்மகிட்டயே பேசிட்டு இருக்கான்னு நமக்குப் புரியும். இதுதான் நடுநிலை. அவன் நம்மகிட்ட கேக்கவும் இல்ல சொல்லுங்கன்னு சொல்லவும் இல்ல. அப்போ ஏமாந்தது யாரு?"

"கரக்ட். இதேதான் எனக்கும் நடந்தது" என்று மனதில் உள்ளதைச் சொல்லியதும் வாய்பிளந்தான்.

“யாரு ஒருத்தன் சிரிச்சிக்கிட்டே பேசுறானோ, எப்போதுமே சிரிச்சிக்கிட்டே பேசுறானோ அவன் நம்மள ஏமாத்துறான்னு அர்த்தம்.”

“எப்படி?”

“நீங்க சோகமாக இருக்கீங்க. அப்போ நா சிரிச்சிப் பேசினா என்ன ஆகும்.”

“நானும் சிரிப்பன்.”

“நீங்க குழப்பமா இருக்கீங்க. அப்பயும் சிரிச்சிப் பேசுனா?”

“நானும் சிரிப்பன்”

“இதுமாதிரி நீங்க எந்த உணர்வுல இருந்தாலும் சிரிச்சிப் பேசுறப்போ நாம சுயநினைவ இழந்துடுவோம். அப்போ நம்மள ஈஸியா ஏமாத்திட முடியும். நாய் பிச்ச எடுக்கக்கூடிய விலங்கு. அப்போ அதுக்கு எப்போதுமே தன்னோட தேவ மட்டுந்தான் மனசுல இருக்கும். மத்தவங்க கஷ்டப்படுறாங்க, கவலைப்படறாங்க அதெல்லாம் அதுக்குத் தெரியாது. என்னோட தேவ, நா வரன் அவ்வளவுதான். உனக்குப் பிரச்சனன்னா அது உன்னோடதுன்னு போயிட்டே இருக்கும். அப்போ ஏமாந்தத நம்மளால ஏத்துக்க முடியாது. மனசு உடைஞ்சு வாழ்க்கப் போயிடும். அதுலேந்து மீண்டுவர ரொம்பக் கஷ்டம்.”

“இது எப்போதான் நமக்குத் தெரியவரும்.”

“நாய்க்கு தன்னோட தேவ எப்படியாவது நிறைவேறுனா போதும்னு நாடகம் போட்டு ஏமாத்தும். அதோட நாடகத்த நம்பவைக்க எல்லாம் செய்யும். அதுக்கு கட்டுப்பாடு எதுவும் கிடையாது. மத்த விலங்கு எல்லாம் ஒரு கட்டுப்பாட்டுக்குள்ளயே இருக்கும். நாய், தான் தேவய அந்த நொடி நிறைவேத்துறதுதான் வாழ்க்கைன்னு ஒரு முடிவுக்கு வந்து செத்துப்போயிடும். ஆனா, நாய் இல்லாம மத்த விலங்கு எல்லாம் பருவம் வர வரைக்கும் குணம் என்னன்னு தெரியாமதான் சுத்திட்டு இருக்கும். பருவம் வந்த பிறகுதான் குணத்த உணரவே முடியும். இது எனக்குப் பொருந்தும் பொருந்தாதுன்னு.”

“அதுவரைக்கும்?”

“அதுவரைக்கும் ஏமாறாம இருக்கதான், இதுலாம் என்ன என்னன்னு தேடி ஓடிகிட்டு இருப்போம். என்ன செய்றது? எப்படி

வேட்டையாடுறது? எப்படிச் சம்பாதிக்கிறது? நாய் வேட்டையாடாது பிச்சை எடுக்கும். அதுனால அதுக்கு வாழ்க்க சீக்கிரம் தொடங்கிடும். அதுக்குதான் வீட்லயும் சொல்லுவாங்க, பெரியவங்க பேச்சக் கேக்கணும், இப்படி அப்படின்னு. இன்னும் கவனிச்சா நாய் குடும்பமா இருக்காது. ஆனா கூட்டமா இருக்கும். எல்லாத்துலயும் கவனத்த ஈர்க்கணும். அப்போ எதுக்கு எப்படி நடிக்கணும்னு நாய்க்கு நல்லா தெரியும். தனக்குத் தெரியும்னு நெனச்சி இயல்புக்கு மீறி ஒன்னு பண்ணிகிட்டு இருக்கும்."

"இதெல்லாம் எனக்கு இப்போதான் புரியவே வருது. அப்போ மனுசன் குரங்குலேந்து மட்டும் வரலையா?"

"இந்த நொடி மட்டுந்தான் நிரந்தரம்னு உங்களால யோசிக்க முடியுமா?"

"அப்படித்தான் ஞானி எல்லாம் யோசிக்க சொல்றாங்க."

"இந்த நொடி மட்டும்தான் நிரந்தரம்னு எல்லாரும் யோசிச்சா இங்க எதுவுமே இருக்காது."

"புரியல?"

"எதுவுமே புரியல புரியலன்னு சொல்லாதீங்க யோசிங்க."

"எப்படிச் சொல்றீங்க?"

"இந்த நொடி உங்களுக்குப் பசிக்குது மரத்துல இளநீர் இருக்கு மரம் ஏறத் தெரியாது; கோடாளி இருக்கு. இந்த நொடிதான் நிரந்தரம். மரத்தை வெட்டிடலாம். இளநீர் குடிக்கலாம். இந்த நொடிதான் நிரந்தரம் எனக்குத் தூக்கம் வருது தூங்கிடலாம். இந்த நொடிதான் நிரந்தரம் எனக்கு ஒரு பெண் தேவை; கற்பழித்து விடலாம். இந்த நொடி, இந்த நொடி அப்படின்னா நம்மளால ஒரு மரத்த நம்பி வளக்க முடியாது. விதைக்க முடியாது. வாழ முடியாது. இந்த நொடி என்பது என்றோ விதைக்கப்பட்ட ஒரு நொடியின் விளைவு. நம்பிக்கையின்மைதான் இந்த நொடி இந்த நொடின்னு பேசவைக்கும். அதேமாதிரி பிச்ச எடுக்கிறவன் இந்த நொடி இந்த நொடின்னு பேசுவான். அப்படிப் பேச அவனுக்குப் பிச்சப் பாத்திரமா இருக்கிறது பணம். இந்தப் பணத்தை ஒழிக்காம நல்லவனா இருக்கிறன்னு தானம் தர்மம் பண்றது புரியோஜனமே இல்ல."

"தர்மம் பண்ணனும்தான?"

"நாம பண்ணனும். நம்மளப் பண்ண வைக்கக்கூடாது. எதுவா இருந்தாலும் நாம முடிவெடுத்துக் கொடுக்கணும். நம்மள முடிவெடுக்க வச்சிக் கொடுக்க வைக்கக்கூடாது. கொடுத்ததுக்கு அப்பறம் ஏன் கொடுத்தோம்னு யோசிக்கிற நிலைமையில கொடுக்கக்கூடாது" என்று ராம் கூறியதும் அவனது பல குழப்பங்கள் மறைந்து கண்களில் தெளிவு பிறந்தது. அவன் மனதில் இருந்த பல துன்பங்கள் ராம் வார்த்தைகளால் அழிக்கப்பட்டன.

"வேல செய்ங்க. சம்பாதிச்சிக் குடும்பத்த முன்னேத்துங்க."

"அதுக்கு ஏதாவது வழி சொல்லுங்களேன்" என்று பொறுமையாகக் கேட்டான்.

"தொழில்"

"அதுலாம் நெறைய முதலீடு தேவ கஷ்டம்" என்று மென்மையாகத் தயங்கினான்.

"கஷ்டம்னு நெனைச்சா கஷ்டம்தான்"

"... ... ..."

"அடிமையா இருக்க சம்மதம்னா நீங்க எதுவும் பண்ண வேணாம். பணம் சம்பாதிக்கலன்னா பணம் இருக்கவனுக்கு அடிமையாகிடுவிங்க. அதக் கண்ணகி சொல்லிட்டன்னு சொன்னாங்க?"

"ஆமா, மத்த நாடு நம்ம நாட்ட பயன்படுத்திக்கும்..." என்று அவன் கூறியதிலிருந்து கண்ணகி கூறியதை உணர்ந்து எழுந்தான்.

ராம், "சரி, இருங்க நான் ஜூஸ் வாங்கிட்டு வரன்" என்று சொல்லிவிட்டுச் சென்றான்.

"இருங்க நானும் வரேன்" என்று சொன்னதை அவன் காதில் வாங்கிக்கொள்ளவில்லை.

•

12

சற்றுநேரம் கழித்து இரண்டு கோப்பைகளுடன் மேசைக்கு வந்தான். இரண்டு சிப் குடித்துவிட்டு ராமை நோக்கினான். அவன் பார்த்ததை உணர்ந்த ராம்,

“பணம் சம்பாதிக்கிறது ஒன்னும் பெரிய விஷயம்லாம் இல்ல. உற்பத்திப் பண்ணுங்க. அத உற்பத்திப் பண்ணாதவன்கிட்ட வித்துடுங்க. உற்பத்திப் பண்ண முடியலயா. அப்போ உற்பத்திப் பண்றவன்கிட்ட வாங்கி வித்துடுங்க. அத எந்த மாதிரி யார்கிட்ட விக்கிறீங்கங்றத பொறுத்து உங்க லாபம் மாறும். தொழில்லயும் சரி, எதுலயும் சரி உங்க மனச சுத்தமா வச்சிக்கோங்க. பாஸிட்டிவ்வா. அப்படி பாஸிட்டிவ்வா இருக்கனும்னா மனுசன் எவ்வளவு தந்திரம் உள்ளவன்னு தெரிஞ்சிக்கணும். மனுசன் என்னவெல்லாம் செய்வான், எப்படியெல்லாம் ஏமாத்துவான்னு தெரிஞ்சி இருக்கணும். அதுக்குதான் சொன்னன் மனுசன் குரங்கு மட்டும் இல்ல, நாயும் அவன்தான் நரியும் அவன்தான். புலி, பூனை எல்லாரும் இருக்காங்க. இவங்களப் புரிஞ்சித் தெரிஞ்சிக்கிட்டா போதும்.

ஒன்னு சொல்றேன், கேக்காம எவன் இருக்கானோ அவனுக்குச் செய்ங்க, அவன் உங்களுக்கும் கேக்காம நெறைய செய்வான். கேட்டுக்கேட்டு வாங்கி வேல செய்றவன்ட்ட நீங்களும் கேட்டுக்கேட்டுதான் வாங்க முடியும். கேட்டு வாங்குறதுல உங்களுக்கு மனசு உடையும். கேக்காதவன் கேக்காம செய்யறப்ப உங்களுக்கு மனசு குளுரும். அப்போ வளர்ச்சிதான்.

மனுசன்ங்றது தனி ஒரு விலங்கு கிடையாது. எல்லா விலங்கோட கூட்டுதான் மனுச இனம்."

"ம்..."

"பிச்ச எடுக்கிறது. எடுக்காதது. பிச்சை எடுக்கிறதுல நாய்தான் ஃபர்ஸ்ட். அப்போ அது ஈஸியா கண்டுபிடிச்சிட முடியும். வேட்டையாடுறதுல சிங்கம், புலி, சிறுத்தைன்னு இருக்கு. வேட்டைங்றது வேட்டையாடுற பொருளப் பொறுத்து மாறும். ஒவ்வொரு விலங்கும் தன்னோட திறமைக்கு ஏத்த மாதிரி வேட்டையாடும். இந்த விலங்கு எல்லாம் பதுங்கிப் பார்த்துக் கவனமாதான் வேட்டையாடும்."

"அப்போ மத்த குணம் உள்ளவங்களோட வேற குணம் சேர்ந்து இருக்க முடியாதா?"

"யோசிங்க குணம் பொருந்தலைன்னா மனம்?"

"மனசுதான எல்லாம்."

"அதேதான், மனம் என்பது குணம். மனசுதான் எல்லாம்."

"... ... ..." விழித்தான்

"சரி கிளம்புவோமா?"

"என்கிட்ட இன்னும் கேள்வி இருக்கு, கடவுள்னா..?"

"இன்னொரு நாள் பேசுவோம்."

"இன்னொரு நாள்னா எப்போ?"

"உங்க நம்பர் இருக்குல கால் பண்றேன்..?" என்று சொல்லியவாறே ராம் அவனது பெயரை யோசித்தான்.

அவன் "இளங்கோ" என்றதும்.

"இளங்கோ..." என்று சட்டென்று ஞாபகம் வந்தவனைப்போல் செய்துவிட்டு, "சரி இளங்கோ, கிளம்புவோம் வாங்க, மத்தத இன்னொரு நாள் பேசுவோம்" என்று இருவரும் புறப்பட்டனர்.

அவர்களுக்குப் பின்னே சுவரில் ஒரு மயிலின் படம் இருந்தது.

அந்த மயில், மயில் என்று சொல்லமுடியாதவாரு தன் அழகை இழந்து றெக்கைகள் பாதி உதிர்ந்து அறுவருப்பாக இருந்தபோதிலும், அதன் கண்களில் நான் மயில் என்ற கர்வம் இருந்தது.

அவர்கள் அமர்ந்திருந்த தளத்திலிருந்து ஒரு தளம் இறங்கி வெளியே செல்ல நடந்தபோது மீண்டும் அதே படத்தைப் பார்த்த

இளங்கோவுக்கு அதன்மீதிருந்த குறைகள் எதுவும் தெரியாமல் முழு மயிலாகவே தெரிந்தது.

ஏனோ, மயிலையும் ராமையும் ஒப்பிட்டுப் பார்த்தான்.

₹250

ஒருநாள் ஏகலைவனின் செயலால் அவனைத் தேடிச்சென்று சந்தித்த துரோணர், அவனது திறமையைக் கண்டு வியந்துபோகிறார். தன் தோற்றத்தைப் போலவே அங்கு அவன் வடிவமைத்து வைத்திருக்கும் சிலையைக் காண்கிறார். அவன், அவர்மீது வைத்திருக்கும் அன்பினையும் பற்றினையும் விவரிக்கிறான். 'தாங்களே எனக்கு மானசீகமாகப் பயிற்சி அளித்தீர்கள்' என்று கூறியவனிடம், குருதட்சணையாக அவனுடைய வலது கை கட்டைவிரலைக் கேட்கிறார். எவ்விதத் தயக்கமுமின்றி அவன் தனது கட்டைவிரலை வெட்டி அவரிடம் காணிக்கையாகத் தருகிறான்.

இதனைப் பலரும் அறிவர். இதைத் தவிர வேறென்ன புதிதாகக் கூறிவிட முடியும் என சிந்திக்கையில், ஏகலைவனை ஒரு கருவியாகப் பயன்படுத்தி ஒரு வரலாற்று வனம் சார்ந்த பகுதியில் வசித்தலில் உள்ள ஒருசில வாழ்வியல் முறைகளையும், வனத்தைப் பாதுகாக்க அவர்கள் செய்யும் செயல்களையும் எனது கற்பனைக்கு எட்டிய வரையில் எழுதியுள்ளேன். ஒருசில கதாபாத்திரங்களையும் இணைத்துள்ளேன். குறிப்பாக பதவன்.

என்னுரையிலிருந்து...

PEN BIRD
PUBLICATIONS

Keep Reading! We Serve
More Pages for you!

Visit Our Website

www.penbird.in

A New House
For
Readers & Writers

+91 8220063246 | penbirdpublications@gmail.com | www.penbird.in

+91 8220063246
www.penbird.in
penbirdpublications@gmail.com